ESSOMO KU BAKKOLINSO EKISOOKA: Ekitabo 2

ESSOMO KU BAKKOLINSO EKISOOKA: Ekitabo 2

Dr. Jaerock Lee

ESSOMO KU BAKKOLINSO EKISOOKA: Ekitabo 2,
kya Dr. Jaerock Lee
Kyafulumizibwa aba Urim Books (Abakulirwa: Johnny. H. Kim)
235-3, Guro-dong 3, Guro-gu, Seoul, Korea
www.urimbooks.com

Obuyinza bwonna tubwesigaliza. Ekitabo kino oba ebitundu byakyo tebirina kufulumizibwa nate mu ngeri yonna, oba okuterekebwa mu ngeri yonna, oba okufulumizibwa mu kika kyonna ng'okwokyesaamu, oba okunaazaamu kkoppi, awatali lukusa okuva eri abaakifulumya

Ebyawandiikibwa byonna bisimbuddwa mu Ekitabo Ekitukuvu.

Copyright@2010 by Dr. Jaerock Lee
ISBN: 979-11-263-1380-8 03230
Translation Copyright @ 2010 by Dr. Esther K. Chung. Ng'akkiriziddwa.

Kyasooka Kufulumizibwa mu Lulimi Olukoleya aba Urim Books mu 2008

Kyasooka okufulumizibwa mu 2010

Kyasunsulibwa Dr. Geumsun Vin
Kyalungiyizibwa Ekitongole ekisunsuzi ekya Urim Books
Ayagala okumanya ebisingawo yita ku mukutu gwa urimbook@hotmail.com

Eby'omuwandiisi

Ekirung'amya Ky'abakkiriza mu Mwoyo ne mu Mubiri

Abantu abali mu nsi olwaleero basobola okutambula nga badda eno badda eri oba ne bafuna okuwakana mu bbo nga kiva ku kutabulwa okuva ku buwangwa obw'enjawulo. Era nga kino si ky'abatakkiriza bokka, wabula fenna tusobola okusisinkana ebizibu eby'enjawulo ne bwe tuba nga tutambulira mu bulamu obw'okukkiriza. Ebizibu ebyo biyinza okuba nga biva ku butakwatagana, obutakiriziganya mu ndowooza, emisango mu kkooti, mu bufumbo n'okwawukana.

Omulabe Setaani bulijjo akema abakkiriza okubaleetera okutambulira ebweru w'ekigambo kya Katonda. N'olwekyo abo abagezaako okutambulira mu kigambo kya Katonda bayinza okubeera n'ebibuuzo ku Kigambo n'engeri ey'okukiteeka mu nkola okusobola okugonjoola ebizibu.

Bwe kityo bwe kyali ne ku kanisa y'e Kkolinso. Kkolinso

mu kiseera kya Pawulo kyali ekibuga omwali mukolebwa ebintu bingi nnyo nga mulimu abantu bangi abatambulira mu buwangwa obw'enjawulo era nga bava mu mawanga ga njawulo. Nga waliwo okweyawula wakati w'abalina n'abatalina era ng'abantu basinza nnyo bakatonda ab'enjawulo. Era ng'empisa zisiwuuse nnyo mu bantu.

Olw'okubeera wakati mu mbeera eyo, abakkiriza mu Kkolinso beesanga nga balina ebizibu bingi n'abantu bebaakuubagananga n'abo. Era, olw'okuba ekanisa yali yakateekebwayo, baafuna obuzibu okutambulira mu bulamu obw'ekikristaayo. Okusobola okubayamba basobole okutambulira mu bulamu bw'ekikristaayo obw'ekikulu, omutume Pawulo n'abawa eky'okuddamu ekya bayibuli okusobola okuddamu eri ebibuuzo eby'ekikula ekyo n'ebizibu.

Eby'okuddamu bino n'engeri gye tuyinza okugonjoola ebizibu bingi eby'ekika kino ebiyinza okutulumba mu bulamu bwaffe obwa bulijjo byawandiikibwa mu bbaluwa ya Pawulo esooka eri ekkanisa y'e Kkolinso mu kitabo ekimanyiddwa nga 1 Abakkolinso. Mu mbeera enzibu abantu ze bayitamu ensangi zino kikulu nnyo okuyiga n'okutegeera obulungi ebiri mu bbaluwa eno.

Ekitabo kino eky'okubiri ku, Essomo ku Abakkolinso Ekisooka, Kinyonnyola engeri ey'okutegeeramu n'okukwatamu embeera ey'obukuubagano obw'amaanyi, okubuulira enjiri, obufumbo, okusinza bakatonda abalala, n'ebirabo eby'omwoyo. Ojja kusobola okutambulira mu bulamu obw'ekikristaayo obw'amaanyi bw'ozuula ekkubo ettuufu ng'otegeera ekizibu kyo okuyita mu Kigambo kya Katonda.

Nneebaza Geumsun Vin, akulira ekitongole ekisunsuzi ekya Urim Books ne bakola nabo bonna, era nsaba mu linnya lya Mukama Yesu Kristo nti abasomi bonna banaategeera bulungi okwagala kwa Katonda era ne bakitambuliramu basobole okufuna emikisa gya Katonda emingi.

Bya Dr. Jaerock Lee

EBIRIMU

Eby'omuwandiisi
Okwekkeneenya mu Bufunze Ebbaluwa Esooka eri Abakkolinso

Essuula 8
Okuwaayo Ssaddaaka eri Bakatonda Abalala · 1

1. Bintu ki Ebiweebwayo eri Bakatonda Abalala?
2. Amakulu Ag'omwoyo 'Ag'obutalya bintu biweereddwayo eri Bakatonda Abalala'
3. Ebintu Byonna bya Katonda
4. Bwe Tugenda mu maaso N'okwonoona nga Tugendenderedde Kibeera Kibi…
5. Ebintu Ebiweereddwayo eri Bakatonda Abalala Birina Kukwatibwa Bitya?

Essuula 9
Engeri Ey'omutume · 25

1. Teyakozesa Ddembe lye Ery'okuba Omutume
2. Enjiri yabawanga Yabuwa nga Tagisasuza
3. Yeefuula Omuddu eri Bonna
4. Okuwangula, Dduka Ng'omutume!

Essuula 10
Buli Kimu Kikola ku Lw'okugulumiza Katonda · 49

1. Mubatizibwe mu kire ne mu nnyanja
2. Abaana ba Isiraeri Baazikirizibwa Olw'okwonoona
3. Katonda Ateekawo Obuddukiro Ew'okuwonera
4. Muddukenga Okusinza Ebifaananyi
5. Amakulu Ag'okungulu Ag'okusinza Ebifaananyi
6. Kola buli kintu Ku Lw'okuweesa Katonda Ekitiibwa

Essuula 11
Ebikwata ku Nkola Ey'omwoyo · 81

1. Mungobererenga Nze
2. Enkola Ey'omwoyo Engeri Gyetambulamu
3. Abakazi Tebabikka Mitwe Gyabwe
4. Ensonga lwaki Empaka n'Obutakkaanya bibalukawo
5. Amakulu Amatuufu Agali mu Kusembera

Essuula 12
Ebirabo Eby'omwoyo Omutukuvu · 111

1. Omwoyo Omutukuvu Atuganya Okumanya Mukama Yesu
2. Ebirabo Eby'enjawulo Eby'Omwoyo Omutukuvu
3. Tuli Mubiri gwa Kristo
4. Engeri Ekkanisa Gy'erina okutambuzibwamu

EBIRIMU

Essuula 13
Okwagala Okw'omwoyo · 155

1. Okwagala Okw'omwoyo N'okwagala Okw'omubiri
2. Ne Bwemba N'amaanyi Mangi N'okukkiriza
3. Okwagala Okw'omwoyo
4. Kye Twetaaga mu Ggulu Olubeerera kwe Kwagala

Essuula 14
Obunnabbi n'ennimi · 185

1. Olina Okubeera N'okwagala nga Tonnafuna Ebirabo Eby'omwoyo
2. Okusaba mu Nnimi, Olulimu Olw'essaala Ey'omwoyo
3. Okugerageranya Ennimi n'Obunnabbi
4. Buli kimu kikolebwa n'ekigendererwa Eky'okuzimba
5. Amakulu Ag'omwoyo Ag'omukazi Okubeera nga 'Asirika mu Kkanisa'
6. Ebintu byonna Bikolebwe nga bwe Kisaana era mu Mpisa Ennungi

Essuula 15
Okuzuukira · 225

1. Kristo Eyazuukira
2. Ndi Kyendi lwa Kisa kya Katonda
3. Okwogera nti Tewali Kuzuukira kwa Bafu
4. Kristo kye Kibala Ekibereberye
5. Okubatizibwa Okw'abafu
6. Ekitiibwa kya buli Muntu kya Njawulo mu Bwakabaka Obw'omu Ggulu
7. Okuzuukira kw'abafu
8. Fenna tujja kukyusibwa Akagombe Akasembayo bwe Kalivuga

Essuula 16
Endowooza y'Abakristaayo Abakuze · 271

1. Engeri Ebiweebwayo gye Binaaweebwangayo
2. Okugondera Okulung'amizibwa kw'Omwoyo Omutukuvu
3. Muwulirenga Abali Ng'abo, na Buli Muntu Akolera Awamu Naffe era Afuba

Okwekkeneenya mu Bufunze Ebbaluwa Esooka eri Abakkolinso

1. Ebifa ku Muwandiisi W'ebbaluwa Esooka eri Abakkolinso

Omuwandiisi w'ebbaluwa y'Abakkolinso ye mutume Pawulo. Nga tannafuuka mu kkiriza wa Yesu Kristo, erinnya lye ye yali Sawulo. Yazaalibwa Talusisi ekye Sirisiya era yayigirizibwa Gamaliri. Gamaliri yali musomesa w'Amateeka abantu gwe baawanga ennyo ekitiibwa.

Olw'okuba omusomesa eyali asingayo obulungi mu kiseera ekyo ye yamusomesa, Sawulo yali amanyi ebintu bingi. Yali ayagala nnyo Katonda era ng'akuuma nnyo amateeka. Omuntu ayinza okumuyita 'Omuyudaaya asukulumye ku Bayudaaya.' Yali ava mu maka agalimu ensimbi era yali mutuuze mu Bwakabaka bw'Abaruumi era nga mutuuze omujjuvu mu bwakabaka bw'Abaruumi.

Nga tannasisinkana Mukama Yesu, Sawulo yayigganyanga abakkiririzanga mu Mukama. Yali alowooza nti abakkiririza mu Yesu baali bagala okumalawo eddiini y'ekiyudaaya era n'akulemberamu abo abaayigganyanga abakkiriza ba Mukama n'okubasibanga mu kkomera.

Yasisinkana Mukama Yesu Kristo bwe yali agenda e Damasiko. Era yalina ekiwandiiko ekyamuweebwa kabona omukulu okusiba buli mukkiriza era omugoberezi wa Yesu. Olw'okuba Katonda yali amanyi okwagala Sawulo kwe yali amwagalamu, Yalonda Sawulo okumufuula omutume. Katonda yamwawula okuviira ddala ku ntandikwa kubanga Yamanya nti ajja kwenenya era afuuke omwesigwa ennyo eri Mukama Yesu lwali musisinkana.

Sawulo n'afuuka 'Pawulo.' Era n'akola n'obwesigwa, okutuuka ku ssa ly'okufa, nga 'omutume w'Abamawanga.' Yateekawo omusingi okubunyisa enjiri okutuuka ku nkomerero y'ensi okuyita mu ng'endo essatu ze yatambula okubunyisa enjiri era n'atandika ekkanisa nnyingi mu Asiya ne mu Buyonaani.

Okuva lwe yasisinkana Mukama, omutume Pawulo yeeweerayo ddala eri Mukama n'obulamu bwe bwonna era n'atuukiriza obuvunaanyizibwa bwe mu bujjuvu ng'omuweereza wa Katonda era ng'omutume.

2. Kkolinso

Kolinso kyali kibuga kinene ekyali mu maserengeta ga Buyonaani. Mu kiseera kya Pawulo Kkolinso yafugibwanga Obwakabaka bwa Baruumi. Ensalo zaakyo zaali zisalira ku nnyanja ku njuyi ssatu; ebuvanjuba, ebugwanjuba, ne mu maserengeta. Asiya ye yali ekirinaanye mu mambuka, nga Looma ye yali mu bugwanjuba bwakyo. Era kkolinso n'ekifuuka ekibuga omwakolerwanga eby'obusuubuzi wakati wa Asiya ne Looma kubanga kyali wakati w'ebibuga bino byombi.

Mwalimu bingi nnyo ebyakolebwangamu era ng'eby'obusuubuzi bingi ebyali bigenda mu maaso mu kibuga ekyo, nga kijjudde abakozi ba gavumenti bangi, abasirikale, abasuubuzi, abantu abagwanga ku maato okuva mu bitundu eby'enjawulo okuyingira mu Bwakabaka bwa Baruumi. Mwalingamu empaka z'emizannyo nnyingi ezaateranga okuteekebwanga mu kibuga ekyo, era nga kimanyiddwa nnyo mu kuzimba ebizimbe ebirabika obulungi, saako obuyiiya. Eby'obuwangwa eby'enjawulo nga bingi ddala, era ng'abantu bakyamye nnyo okuva mu ddiini era nga tabakyalina mpisa.

Mwalimu amakung'aniro nga 30 omwasinzibwanga bakatonda b'abamanga omuli ne yeekaalu ya Afulodite katonda eyagabanga obulungi, oluzaalo, obufumbo n'ebiringa ebyo. Abantu nga bakolerawo emikolo nga tebannagenda kusuubula. Ng'ekibuga kyonoonesa nnyo nga mulimu bamalaaya abasoba mu lukumi okumpi ne yeekaalu ya Afulodite.

3. Enkolagana Eyaliwo Wakati W'ekanisa Y'ekkolinso N'omutume Pawulo

Mu myaka nga 50 nga Kristo amaze okujja, omutume Pawulo yabuulira enjiri mu Kkolinso ng'ali ne Siira wamu ne Timoseewo bwe yali agenzeeyo omulundi ogw'okubiri era n'atandikayo ekkanisa. Yasuulanga mu nnyumba ya Pulisika ne Akula era ng'abuulira enjiri nga bwakola ne weema.

Mu kusooka, yabuuliranga mu makung'aniro g'Abayudaaya. Naye olw'okuwakanyizibwa okwavanga mu Bayudaaya, n'abeerako mu nnyumba ya Tito Justus okumala omwaka gumu n'ekitundu nga bwazimba omusingi gw'ekkanisa. Abakkiriza abasinga baalinga bamawanga, naye nga mulimu n'Abayudaaya.

4. Ekiseera, Ekifo, N'ensonga Ey'okuwandiika Ekitabo

Ekitabo kya 1 Abakkolinso bbaluwa, ebbaluwa, omutume Pawulo gye wandiikira mu Efeso ku lugendo lwe olw'okusatu olw'okubuulira enjiri, awo mu myaka nga 55 nga Kristo amaze okujja. Abakkiriza mu kanisa y'e Kkolinso baali bagezaako okutambulira mu bulamu bwa Katonda kyokka nga basisinkana ebizibu bingi olw'obubi obwali bwetooloodde mu kitundu mwe baali.

Obukuubagano ne butandika wakati w'abakkiriza abaalina ku sente n'abaali tebalina, nga waliwo n'abakkiriza okutwalagana mu kkooti. Nga waliwo ebizibu mu maka, ebizibu aby'abantu okwekuuma nga tebeegatta, saako ebizibu ebyavanga mu kulya ebintu ebyali biweereddwayo eri ebifaananyi. Omutume Pawulo yawandiika ebbaluwa eno okuba eky'okuddamu ekitegerekeka obulungi eri ebizibu nga bino.

5. Ebyo Eby'enjawulo ebiri mu 1 Bakkolinso

Ebitabo by'omu bayibuli ebya Abaruumi ne Abagalatiya byogera nnyo ku nsonga y'enzikiriza. Naye Ebbaluwa esooka eri Abakkolinso eyogera nnyo ku bizibu ebirumba abantu mu bulamu bwabwe obwa bulijjo. Eri abakkiriza, 1 Abakkolinso kye kitabo ekirina eby'okuddamu ebitegerekeka obulungi eri ebizibu abakkiriza bye bayinza okusisinkana nga omuntu ssekinnoomu oba ng'ekkanisa yonna awamu.

Kiwa eby'okuddamu ebitegerekeka obulungi eri ebizibu nga okwekutulamu mu kanisa olw'obutakkaanya, okukozesa obubi ebirabo eby'omwoyo, obufumbo, Okusembera, 'emmere eweereddwayo eri ebifaananyi', n'okuzuukira. N'olwekyo, bwe tutegeera obulungi ekitabo kino ekya 1 Abakkolinso, kijja kutuyamba nnyo mu bulamu bwaffe obw'ekikristaayo era tujja kusobola okutambulira mu bulamu obuweereddwa omukisa nga tutegeera okwagala kwa Katonda bulungi.

Essuula 8

OKUWAAYO SSADDAAKA ERI BAKATONDA ABALALA

Bintu ki Ebiweebwayo eri Bakatonda Abalala?

Amakulu Ag'omwoyo 'Ag'obutalya bintu biweereddwayo eri Bakatonda Abalala'

Ebintu Byonna bya Katonda

Bwe Tugenda mu maaso N'okwonoona nga Tugendenderedde Kibeera Kibi…

Ebintu Ebiweereddwayo eri Bakatonda Abalala Birina Kukwatibwa Bitya?

Bintu ki Ebiweebwayo eri Ebifaananyi Bakatonda Abalala?

Kale ku nsonga ey'okuwaayo ssaddaaka eri bakatonda abalala, tumanyi nti byonna tubitegeera. Naye okwerowooza nti tumanyi kuleeta okwekuluntaza naye okwagala kuzimba. (8:1)

Abantu bangi batera okulowooza nti bamanyi kye kitegeeza 'okuwaayo ssaddaaka eri bakatonda abalala', naye ng'amazima gali nti si bangi ku bbo bamanyi kye kitegeeza mu bujjuvu. Balowooza nti ebintu ebiweebwayo eri bakatonda abalala bye bintu ebiweebwayo ku kyoto eri bakatonda abalala bwe babeera basinza bakatonda abalala.

Naye wano ekigambo 'bakatonda abalala' tekitegeeza bakatonda abalala bokka nga bwe kikozeseddwa mu makulu gano.

Mu ssuula eye 14 ey'Abaruumi eyogera ku bintu ebiweebwayo eri bakatonda abalala ebiyinza okuliibwa awatali kubuuza bibuuzo 'olw'omwoyo gwaffe'. Era etubuulira nti tusobola okulya ekintu kyonna n'okukkiriza. Naye, mu Bikolwa 15:20 ne 29, ne mu Bikolwa 21:25 watugamba twesonyiwe era twewale ebintu bino, era tuleme okulya ebintu ebiweereddwayo eri bakatonda abalala. Olwo tulina kukola ki?

Tulina okutegeera amakulu 'g'ebintu ebiweereddwayo eri bakatonda abalala' okusinziira ku ngeri gye kikozeseddwamu.

Ebikolwa 15:20 wagamba, "...wabula tubawandiikire tubategeeze beewale okulya ennyama eya ssaddaaka eweebwayo eri bakatonda abalala, beewale obwezni, n'okulya ennyama ey'ebisolo ebitugiddwa era beewale okulya omusaayi." Ebikolwa 15:29 wagamba, "...mwewalenga ennyama ettiddwa olw'okuweebwayo eri bakatonda abalala, mwewalenga n'okulya omusaayi, era n'ennyama ey'ebisolo ebitugiddwa, era mwewalenga obwenzi...."

Era, Ebikolwa 21:25 wagamba, "naye ku nsonga z'Abamawanga nga abakkiriza twabawandiikira nga tubagamba baleme kugobereza bulombolombo bwa Kiyudaaya n'akatono wabula ebyo bye twassa mu bbaluwa yaffe era bye bino, obutalya nnyama ya bisolo ebiweereddwayo eri bakatonda abalala, n'obutalya ebitugiddwa oba okulya omusaayi, era n'okwewala obwenzi."

Mu biseera eby'Endagaano Enkadde, Abayudaaya tebaalyanga kisolo kyonna eky'omuzizo mu maaso ga Katonda. Naye mu biseera by'Endagaano Empya, abayigirizwa ba Yesu bakkiriziganya nti Abamawanga abakkiririza mu Yesu basobola okulya ennyama y'ebisolo ebyo. Okusiziira ku mateeka, bbo bennyini tebakkirizibwanga kubirya, naye kyali kijja kukaluubiriza nnyo Abamawanga abakkiririza mu Yesu Kristo singa baali babigikiddwa omugugu ogwo.

Akakiiko k'abatume bwe katyo kwe kusalawo nti Abamawanga abakkiriza basobola okulya ebisolo ebyo eby'omuzizo, kyokka ne babagaanira ddala ebintu bya mirundi ena. Bye bino: okulya ennyama ey'ebisolo ebiweereddwayo eri bakatonda abalala, n'obutalya ebitugiddwa oba okulya omusaayi, era n'okwewala obwenzi (Ebikolwa 21:25). Omusaayi baagugaana kubanga omusaayi bwe bulamu. Olubereberye 9:4 wagamba, "Naye toolyenga nnyama ng'ekyalimu omusaayi gwayo kubanga obwo bwe bulamu bwayo."

Lwaki ebisolo ebitugiddwa? Wano kyogera ku mbwa n'ebisolo ebyefanaanyirizaako bwe bityo kubanga byatugibwanga butugibwa okuttibwa. Okuviira ddala edda, embwa kye kyali ekisolo ekyabeeranga ennyo ku lusegere lw'omuntu. Era olw'okuba embwa munnywanyi wa muntu kuva dda, era nga ze zaakuumanga bakama baazo n'okukuuma awaka z'amanyanga omutima gwa mukama waazo. Olw'ensonga eno tekyandibadde kituufu okulya ekisolo eky'ekikula ekyo. Era yensonga lwaki kyatseekebwako essira nti embwa n'ensolo ezigwa mu kkowe eryo tezirina kuttibwa wadde okuliibwa bakama baazo.

Obwenzi kintu ekimanyiddwa nti si kirungi, nga n'olwekyo abaana ba Katonda abalina okubeera abatukuvu tebalina kwenda.

Olwo, bintu ki ebiweebwayo eri bakatonda abalala, abatume bye batakkirizanga ne mu b'Amawanga? Bakatonda abalala nga mu mbeera eno babeera mu nkula ey'ebifaananyi oba ekibajje ekisinzibwa abantu, oba ebitonde ebitaakolebwa bantu gamba nga enjuba, omwezi, n'emmunyeenye. Ebintu ebiweebwayo wakati mu kusinza ebifaananyi ng'ebyo bye bintu ebiyitibwa 'ebintu ebiweebwayo eri bakatonda abalala'.

Naye ebintu bino ebiweebwayo, bibeera ebintu ebyatuweebwa Katonda. Eky'okulabirako, ebibala ebiweebwayo eri bakatonda abalala bye bibala Katonda bye yatuwa tulyenga. N'olwekyo, tusobola okubirya, yensonga lwaki Bayibuli etugamba mu 1 Bakkolinso 10:27 nti tulyenga, naye nga 'tetulina kye tubuuzizza' ku lw'omwoyo gwaffe.

Amakulu Ag'omwoyo 'Ag'obutalya bintu biweereddwayo eri Bakatonda Abalala'

'Ebintu ebiweebwayo eri bakatonda abalala' mu kyawandiikibwa kino birimu n'amakulu ag'omwoyo. 'Ekifaananyi ekisinzibwa' mu mwoyo kitegeeza ekintu kye twagala ennyo okusinga Katonda. Omuntu bwayagala nnyo sente okusinga Katonda era n'alemwa n'okugenda mu kanisa ku lunaku olwa Sande okusobola okukola sente ezisingawo, olwo sente ze zibeera zifuuse katonda we. Olwokuba ataddewo sente nga katonda we, abeera ajeemera Ekigambo kya Katonda.

Kye kimu n'omuntu eyeesuula ekkanisa olwa zzaala oba obwenzi. Bwe tuba nga ddala twagala Katonda, kitegeeza tetujja kukola bibi ng'ebyo gamba nga obutakuuma Sande nga ntukuvu n'okujeemera Ekigambo kya Katonda mu ngeri endala.

Nga bwe kyogeddwa waggulu, ebintu byonna ebikontana n'Ekigambo kya Katonda n'obubi obw'ekika ekirala kyonna okutwaliza awamu biyitibwa 'ebintu ebiweebwayo eri bakatonda abalala' mu kyawandiikibwa kino. Katonda akyawa nnyo okusinza ebifaananyi nga katonda okusinga ekintu ekirala kyonna. Agamba nti obutali butuukirivu, nga kye kintu kyonna ekikontana n'amazima, kibeera nga 'okuwaayo ebintu eri bakatonda abalala.

Olwo, lwaki ekigambo 'mulyenga' kikozesebwa olw'ekintu eky'omwoyo mu makulu ag'omwoyo 'ag'ebintu ebiweebwayo eri bakatonda abalala'?

Yokaana 6:53 wagamba, "Yesu n'abagamba nti, 'Ddala ddala

mbagamba nti, bwe mutalya mubiri gwa Mwana wa Muntu, ne munywa n'omusaayi Gwe, temuyinza kuba na bulamu mu mmwe.'" Yokaana 6:48 wagamba, "Nze mmere ey'obulamu." Bayibuli ekozesa ebigambo nga 'mulyenga' era 'munywenga' olw'okuwuliriza n'okuyiga Ekigambo eky'amazima, okukikuuma mu mitima gyaffe n'okukitambuliramu.

Eyo yensonga lwaki ekigambo 'mulyenga' kikozesebwa olw'obutali butuukirivu, era Katonda atugamba obutalya bintu biweereddwayo eri bakatonda abalala wabula okubisuula eri.

Gye tukoma okutegeera 'ebintu ebiweebwayo eri bakatonda abalala', gye tukoma okufuna okutegeera amazima mu buziba. Gye tukoma okuyiga Ekigambo kya Katonda n'amazima, gye tukoma okutegeera obubi n'obutali butuukirivu. Naye ebyawandiikibwa bino bigamba, okumanya kuleeta okwekuluntaza. Olwo kiba kitegeeza nti kikyamu okumanya 'ebintu ebiweebwayo eri bakatonda abalala? Si bwe kiri! Okubimanya kituyamba okubyewala.

Wano, 'okumanya' kitegeeza ebintu ebiyigibwa era ne biteekebwa mu bwongo bwaffe. Bwe tumanya obumanya amazima mu bwongo bwaffe, kijja kutuleetera okwekuluntaza. Olwo, tulina kukola ki?

Bayibuli etugamba nti tetulina kukoma ku kuyiga n'okumanya obumanya amazima mu mutwe gwaffe, wabula 'tugalyenga'. Okuva essuula 12 watugamba nti tulina okulya ennyama y'omwana gw'endiga nga njokye ku muliro, era tulina n'okulya amagulu gaayo gonna, omutwe, n'eby'omunda, saako buli kimu kyonna. Omwana gw'endiga mu by'omwoyo kitegeeza Yesu, era nga Ye kye Kigambo kya Katonda.

N'olwekyo, kitegeeza mu makulu ag'omwoyo nti tulina 'okulya' ebitabo byonna 66 ebya Bayibuli. Nga obulamu bwaffe obw'okungulu bwe busobola okubeera obulamu n'okugenda mu maaso nga tulya emmere, n'obulamu bwaffe obw'omwoyo bubeera bulamu singa tuyingiza Ekigambo kya Katonda mu mutima gwaffe. Tetulina kutereka buteresi Ekigambo kya Katonda nga ebimu kw'ebyo bye tumanyi mu bwongo bwaffe. Wabula tulina okukitegeera n'okukitambuliramu.

Abo abakwata Ekigambo kya Katonda mu mutima gwabwe mu ngeri eno nga emmere ey'omwoyo era batera okukyekuuma, era tebasobola kwekuluntaza. Bagondera Ekigambo kya Katonda ekibategeeza okwetowaaza n'okubeera omuddu w'abalala, kale bwe batyo babeera tebamera malala.

Abo abagenda mu mitendera egy'ebuziba egy'omwoyo bajja kwekakkanya. Bafuuka bawoombefu era abagonvu, era babeera n'okwagala okwomwoyo okwogerwako mu 1 Bakkolinso 13. Abantu bano bajja kubeera n'obusobozi obuwambaatira n'okwagala buli omu. Okwagala okw'omwoyo kuzimba kubanga kuleeta essanyu, obulamu, n'essuubi eri abantu abalala.

Omuntu alowooza nti amanyi, abeera alaga nga

bw'atannamanya era nga bwe kimugwanira okumanya... (8:2)

Abantu bwe babaako kye bayiga, olwo ne balyoka balowooza nti balina kye bamanyi. Abaana bwe bayita okuva mu pulayimale okugenda mu siniya era ne bamala ne bayingira amatendekero aga waggulu era okwongera kw'ebyo bye bamanyi, bagenda ne balowooza nti bye bamanyi ku bintu eby'enjawulo bingi. Kyokka bwe batikkirwa, kibeera kizibu okubeera bakankeesa mu buli kintu.

Wadde bakola okunoonyereza kungi, bajja kwongera kwagala kutegeera bye batannategeera ku magezi g'ensi eno agataggwaayo. Era bawulira nga tebalina kye bamanyi.

Bwe tutegeerera ddala ebintu ebyo ebiweebwayo eri bakatonda abalala kye biri, n'obutali butuukirivu saako ekibi, olwo nno tubeera tusobola okufuna okuddibwamu olw'okubeera n'okuyaayaanira ekyo ekiri mu mitima gyaffe. Ku ludda olumu, Bwe tuba tetusobola, kitegeeza nti tuyinza okuba nga ababimanyi, naye nga ddala tetulina kye tumanyi.

Abo abatakoma ku kumanya bumanya mazima, kyokka ne bagategeera era ne bagatambuliramu bajja kuwulira muli obukulu bwa Katonda era, bwe beeyongerayo mu buziba bw'ensi ey'omwoyo, bakizuula nti ddala amazima tegaggwaayo. Bwe tweggyako buli kika kya bubi era ne tujjuza emitima gyaffe n'amazima mubujjuvu, eddaala lino lye tuyita 'omwoyo omujjuvu'.

Okukkiriza kwaffe bwekukula ne kutuuka ku ddaala ery'omwoyo omujjuvu, olwo tuyinza okulowooza nti oba olyawo tulina kyetumazeeyo. Naye ng'amazima gali nti, eddaala eryo ebeera ntandikwa ey'omwoyo. Ne mu nsi eno, abantu batandika okusomerera ekintu mu bujjuvu nga bamaze kukifunamu diguli ey'okusatu. Mu ngeri y'emu, bwe tugenda mu mwoyo omujjuvu, tujja kubeera tusobola okuteeka mu nkola buli kimu kye tuyize okutuuka ku ddaala eryo mu buli mbeera yonna ey'obulamu bwaffe. Tufuna okuddamu eri okusaba kwaffe n'eri okuyaayaana kwaffe, era ne tweyongerayo ebuziba mu mwoyo.

Tusobola okugonjoola ekigezo kyonna mu kubala bwe tubeera nga tusobola bulungi nnyo okugoberera enkola ez'okufunamu eky'okuddamu eri ekigezo ekyo. Na bwe kityo tusobola okuzuula emitendera egitaggwayo bwe tuteeka ebitabo 66 ebya Bayibuli mu nkola. Gye tukoma okumanya omutendera ogumu, gye tujja okukoma okutegeera nti tulina kitono nnyo kye tugumanyiiko. Tukimanyi nti ku mutima gwa Katonda tutegeerako akatundu katono nnyo Oyo alina mu ttaano eggulu n'ensi era abiwambaatidde na buli kyonna ekibirimu. Olwo nno, tubeera tetulina kirala kya kukola wabula okwetowaaza mu maaso Ge.

Naye tetunnatuuka na ku ddaala eryo. Tetunnaba na kugondera amateeka ga Katonda amatonotono kyokka ne tugamba nti tuliko kye tumanyi, okwo kwe kwekuluntaza. Bwe tuba nga ddala tumanyi amazima, tujja kutambulira mu Kigambo. Tujja kweggyako obukyayi, obuggya, ensaalwe, omutima omwenzi, n'obulimba, era tukyuke okufuna omutima omulungi ogwo ogufaanana Katonda. Tujja kufuuka abantu abeetowaaze abaweereza abalala n'okubagondera.

...naye oyo ayagala Katonda, amanyibwa Katonda. (8:3)

Olunyiriri luno lwe lumu nga olw'omu Ngero 8:17 olugamba nti, "Njagala abo abanjagala, n'abo abanyiikira okunnoonya bandaba." Yokaana 14:15 wagamba, "Kale obanga munjagala mugonderenga ebiragiro Byange."

Tusobola okutegeera omutima n'okwagala kwa Katonda nga tukuuma ebiragiro Bye. Tujja kusobola okuwuliziganya Naye kubanga tugoberera omutima Gwe n'okwagala Kwe. Tusobola okuwuliziganya ne Katonda gye tukoma okugoberera okwagala Kwe. Na bwe tutyo tujja kumanyibwa Katonda.

Ebintu Byonna bya Katonda

Kale ku nsonga eno ey'okulya ebiweereddwayo eri bakatonda abalala bwe bitaliimu nsa. Era tumanyi nga waliwo Katonda omu yekka, tewali mulala. (8:4)

Okulya ebintu ebiweereddwayo eri bakatonda abalala abali mu ngeri ey'ebifaananyi kitegeeza nti tukola ebintu ebitali bya butuukirivu, obubi, n'okwonoona; era nga tetubyeggyako. Bwe twali tetunnamanya mazima ga Katonda, tuteekwa okuba twali tulya ebintu ebiweereddwayo eri bakatonda abalala. Mu kiseera ekyo, tuyinza okuba twalowoozanga nti tuli bagezi nga tulya ebintu ebiweereddwayo eri bakatonda abalala.

Mu nsi muno, abantu abamu bagamba nti tuli basirusiru bwe tuba nga tetusobola kwogera wadde ekirimbo ekitono ennyo. Abantu batussaamu ekitiibwa bwe tweteekawo era ne twegulumiza.

Naye bwe tujja mu maaso ga Katonda ne tutegeera amazima, tutegeera nti ebintu ebiweebwayo eri bakatonda abalala tebiriimu nsa. Tebituyimusa. Nga Katonda bwe yagamba nti buli kye tukola wansi w'enjuba butaliimu, tumanya nti obugagga, etutumu, obuyinza, n'amagezi byonna butaliimu.

Era tukimanyi nti eriyo Katonda Omu. Eriyo 'bakatonda abalala' bangi mu nsi muno, naye tebasobola kutuwa mukisa oba okututwala eri obwakabaka obw'omu Ggulu. Oyo yekka asobola okutuwa omukisa n'essanyu Ye Katonda Omu Yekka. Bwe tutegeera kino, ebintu ebiweebwayo eri bakatonda abalala butaliimu, era bwe tutyo tulina okubyeggyako.

Kuba newakubadde nga waliwo abayitibwa bakatonda. Oba mu ggulu oba ku nsi, nga bwe waliwo bakatonda bangi n'abaami bangi. Naye gye tuli waliwo Katonda omu, Kitaffe, omuva byonna, naffe tuli ku bw'oyo; ne Mukama waffe omu, Yesu Kristo, abeesaawo byonna, era atubeesaawo ffe. (8:5-6)

Eriyo abantu abasinza enjuba, omwezi, n'emmunyeenye ez'ebika eby'enjawulo, oba emyoyo emirala nga bakatonda abalala. Naye nga bino tebirina bulamu. Tebisobola kutulokola oba okutuddamu.

Kaabakuuku 2:18-20 wagamba, "Ekifaananyi ekyole kigasa ki? Anti kibajje bubazzi. Oba ekifaananyi eky'ekyuma ekisomesa obulimba? Kubanga omuweesi yeesiga mirimu gya mikono gye nga akola ebifaananyi ebitayogera! Zimusanze oyo agamba omuti nti, 'lamuka' agamba ejjinja nti 'Golokoka!' Kino kisobola okulung'amya? Kibikiddwa zaabu ne ffeeza so tekiriimu bulamu n'akatono. Naye MUKAMA ali mu yeekaalu

Lo sacrificado a los ídolos 13

Ye entukuvu, ensi zonna zisiriikirire mu maaso Ge."

Ebifaananyi tebirina bulamu mu byo. Katonda yekka Ye Mulamu; Ayogera gye tuli n'eddoboozi Lye, mu birooto oba mu kwolesebwa, era Atuddamu. Katonda ono ye yatonda buli kimu. Eyo yensonga lwaki tuli babe; tumuweereza era ne tumusinza.

Katonda ye Yatonda ebintu byonna, era Yabitonda okuyita mu Yesu Kristo. Yokaana 1:3 wagamba, "Ebintu byonna byatondebwa ku lulwe, era tewaliiwo kintu na kimu ekyatondebwa nga taliiwo." Nga bwe kyawandiikibwa, buli kintu kyonna kyatondebwa okuyita mu Yesu Kristo. Era, twafuuka abaana ba Katonda okuyita mu Yesu Kristo, kale bwe tutyo tuva mu Yesu Kristo.

Bwe Tugenda mu maaso N'okwonoona nga Tugendenderedde Kibeera Kibi

Naye okutegeera okwo tekuli mu bantu bonna, naye abalala, kubanga baamanyiira ebifaananyi okutuusa kaakano, balya ng'ekiweereddwayo eri bakatonda abalala n'omwoyo gwabwe, kubanga munafu, gubeera n'empita mbi. (8:7)

'Okutegeera okwo' kitegeeza okwagala kwa Katonda, nga kye Kigambo eky'amazima ekiri mu bitabo 66 ebya Bayibuli. Abakkiriza abaggya, abo abatalina kukkiriza, oba abo abalina okukkiriza naye nga tebategeera bulungi kwagala kwa Katonda tebalina 'kutegeera' kuno mu bujjuvu.

Tusobola okutegeera oba ekintu kwe kwagala kwa Katonda oba nedda, oba ge mazima oba nedda, ng'okukkiriza kwaffe kukuze ne kutuuka ku ddaala erya waggulu. Abantu balina emitendera egy'enjawulo egy'okukkiriza; abamu ku bo tebalina kutegeera okwo, abamu balina kutono, so ng'abalala balina kungi. Wadde bamanyi, bamanyiiko kitundu, wabula tabakumalaayo. Yensonga lwaki olunyiriri lugamba nti, 'abantu bonna tebalina kutegeera kuno'.

'Abantu abamu' wano kitegeeza abo abatalina kukkiriza kwonna oba abalina okutono ddala. 'Baamanyiira ebifaananyi' kitegeeza baamanyiira ekibi, obutali butuukirivu, n'obubi nga tebannajja mu mazima.

Kyokka ne mu bakkiriza, abakkiriza abaggya abamu oba abo abatatambulira mu mazima bakyalimba, basunguwala, babba, oba b'enda. Bagala okuva ku bintu ebyo naye tebasobola, bwe batyo ne babonaabona mu mutima.

Katugambe nti omuntu eyayenze ayingira mu kusaba n'asanga nga babuulira ku bwenzi. Aswala muli era n'alemererwa n'okutunuulira omusumba ng'abuulira, era ayinza n'okusumagira. Pawulo yagamba nti emyoyo gyabwe gyayonoonebwa kubanga baagenda mu maaso n'okulya ebintu ebiweereddwayo eri bakatonda abalala ng'ate bakimanyi bulungi nti tabalina kukikola.

1 Yokaana 3:21-22 wagamba, "Abaagalwa, omutima gwaffe bwe gutatusalira musango, tuba bagumu mu maaso ga Katonda. Era buli kye tumusaba akituwa, kubanga tugondera ebiragiro Bye, era ne tukola ebimusanyusa. mu maaso Ge."

Abo abakuuma amateeka ga Katonda era ne batambulira mu Kigambo Kye babeera bagumu. Kale, basobola okusaba ekintu kyonna n'obuvumu, era bwe batyo bafuna okuddamu okuva eri Katonda eri buli kintu kyonna kye basaba. Obugumu buno tusobola okubeera nabwo singa twekuuma amateeka ga Katonda, naye omwoyo gwaffe gwonoonebwa bwe tulya ebintu ebiweereddwayo eri bakatonda abalala nga tukimanyi bulungi nti kibi.

Ebintu Ebiweereddwayo eri Bakatonda Abalala Birina Kukwatibwa Bitya?

> Naye emmere si yeetuleetera okusiimibwa Katonda. Bwe tutagirya tewaba kye tusubwa, era ne bwe tugirya terina kye twongerako. (8:8)

Katonda ye Mutonzi era nga tuli kumu ku bitonde Bye. Obutonde bwonna, omuli ebyo byonna ebintu bye tusobola okulya, byonna byatondebwa Katonda. Era, buli kimu kyatonderwa kulwaffe, ku lw'abantu. N'olwekyo, emmere si yeetuleetera okusiimibwa Katonda oba okutuyamba mu kukkiriza kwaffe.

Abo abaayingira edda mu mazima tebalina kye baweebuukako wadde tebalya bintu biweereddwayo eri bakatonda abalala. Naye eriyo abantu mu nsi abalowooza nti balina okulya ebintu ng'ebyo. Yensonga lwaki abamu bagamba nti eby'obukristaayo bya bulumi temuli ssanyu kubanga tulina okuva ku sigala n'omwenge.

Abo abagala okuzina bawulira nti babuliddwa essanyu bwe

batazina. Abo abanyumirwa okukuba zzaala, okukuba goofu, okuvuba eby'ennyanja, oba ebintu ebirala eby'ensi ebireeta essanyu balowooza nti tebalina ssanyu bwe balekayo okukola ebintu ebyo. Naye nga abakkiriza tufuna okumatira okujjuvu era ne tutambulira mu ssanyu n'okwebaza nga tulina obujjuvu bw'Omwoyo, ne bwe tuba nga tetweyagalira mu masanyu ago ag'ensi.

Era, abo abali mu mazima tebasanyukira mu nsonga y'okwenyigira mu masanyu g'ensi. Bamanyi nti ebyo bizikiriza era butaliimu. Ebintu ng'ebyo tebiyinza kututwala eri obulamu obutaggwawo, era yensonga lwaki Bayibuli etugamba okulya era okunywa Ekigambo kya Katonda kyokka.

Yokaana 6:53 wagamba, "Yesu n'abagamba nti, 'Ddala ddala mbagamba nti bwe mutalya mubiri gwa Mwana wa Muntu, ne munywa n'omusaayi Gwe, temuyinza kuba na bulamu mu mmwe.'"

Ne mu Okuva essuula 12, okulya omwana gw'endiga mu bulamba bwagwo. Kitegeeza nti tulina okuyingiza endiga, nga ye Yesu Kristo nga kye Kigambo mu bitabo 66 ebya Bayibuli, mu bulamba bwayo. Olwo nno, tujja kufuna okumatira okw'omwoyo okutuufu.

Kyokka mwegendereze bwe muba mukozesa eddembe lyammwe eryo, si kulwa nga mwesittaza abo abanafu mu kukkiriza. Kubanga ggwe amanyi, singa omunafu mu kukkiriza akulaba ng'olya mu ssabo lya bakatonda abalala, ekyo tekirimugumya okulya ebiweereddwayo eri bakatonda abalala?

(8:9-10)

'Ggwe' kitegeeza abo abategedde okwagala kwa Katonda era nga bamanyi amazima. 'abanafu' wano kitegeeza abakiriza abaggya oba abo abalina okukkiriza okunafu, nga bwe kiri mu lunyiriri 7.

Katugambe n'agenze mu bbaala. Nga nina gwe ng'enda okusisinkanayo mubuulire enjiri oba okumubudaabuda mu ngeri ey'omwoyo. Mbeera sigenzeyo kunywa.
Naye watya ng'omukkiriza omulala atatambulira nnyo mu mazima andaba. Ayinza okubaako gwagamba, "O, ne musumba wange agenda mu mabbaala. Kale kirabika tekirina buzibu nange okugenda mu bbaala." Olwo, n'agenda mu bbaala naye. Kitegeeza yeesitadde. Nze nina okukkiriza, kale siyinza kwonoona ne bwe ng'enda mu kifo ng'ekyo. Naye abo abanafu bayinza okukitegeera obubi era bwe batyo ne b'onoona.
Kankuwe eky'okulabirako ekirala. Nga sinnakkiriza Mukama, n'ayagalanga nnyo omuzannyo ogwefaananyirizaako omweso. Naye Nendekerawo okuguzannya kubanga n'atandika ekkanisa nga gubeera gumalira obudde. Naye lumu oluvannyuma lw'olukung'aana lw'abasumba, n'aguzannyako ne bamemba b'ekkanisa nga tuli awo tuwumuddemu. Kyokka nali sisobola kukikola mumaaso g'abakkiriza abaakayingira abaalina okukkiriza okutono.
Abo abalina okukkiriza okutono bwe balaba kino, bayinza okuzannya omweso ogwo ne gubalemesa n'okugenda mu

kanisa okusaba. N'olwekyo abo abalina okukkiriza balina okwegenderez1 nti eddembe lyabwe lireme okufuuka eky'esittaza eri abo abanafu.

Kale owooluganda oyo omunafu, Kristo gwe yafiirira, azikirizibwe olw'okumanya kwo! N'olwekyo bwe mukola ekibi ku booluganda muba muleeta ekiwundu ku mwoyo gwabwe kubanga banafu, era muba mukola kibi eri Kristo. Kale obanga kye ndya kyesittaza muganda wange, siryenga nnyama emirembe gyonna, nnemenga okwesittaza muganda wange. (8:11-13)

Tuyinza okukola ekintu kubanga tulina okutegeera kw'okwagala kwa Katonda, naye olw'ebikolwa byaffe omuntu alina okukkiriza okunafu ne yeesittala. Kino kitegeeza nti ebikolwa byaffe bye bimuleetedde okwonoona. Muganda waffe. Naye Yesu yamufiirira ku musalaba. N'olwekyo, tewali muganda waffe alina kwesittala olw'ebikolwa byaffe.

Ow'oluganda bwayonoona nga kivudde kuffe, kibeera nga ffe ab'onoonye. Mukama Yeewaayo ku musalaba ku lwaffe, naye olw'okuba ow'oluganda ayonoonye nga kivudde ku ffe, kibeera nga ffe ab'onoonye eri Kristo.

Olunyiriri 13 lugamba, "N'olwekyo ow'oluganda obanga kye ndya kyesittaza muganda wange, siryenga nnyama emirembe gyonna, nnemenga okwesittaza muganda wange..

Pawulo yalina okukkiriza ng'asobola n'okulya ebintu

ebiweereddwayo eri bakatonda abalala. Naye bwe kibanga kireetera olw'oluganda omulala okwesittala, Pawulo yagamba nti, eby'okulya ennyama bye yaviirako ddala. Yali tayagala kwekkusa ye.

Kankuwe eky'okulabirako. N'emmere eweereddwayo eri bakatonda abalala ebeera emmeere eyaweebwa Katonda. Tekiba kibiokulya ebintu ng'ebyo olw'okukkiriza. Naye watya omuntu alina okukkiriza okunafu akirabye era n'atandika okulya wamu n'abo. Bw'aba mu mutima ggwe alowooza nti nti kibi okulya emmere eweereddwayo eri bakatonda abalala, ddala kifuuka kibi. Mu mbeera ng'eyo, tetulina kugirya olw'abantu abalala.

Kaakati, watya nga tuli mu mbeera nga abantu b'ewaffe oba bakozi banaffe bawaayo ssaddaaka eri bakatonda abalala?

Tetulina kuvunnama na kwenyigira mu mizizo egyo. Naye olw'okuba tubaawo tusobola okusigala we tuli ne tusaba eri Katonda. Ssaddaaka ez'ekikula ekyo zikkirizibwa emizimu, n'olwekyo, tekiba kirungi ffe okukutamya ku mitwe gyaffe.

Osobola okuzibiriza amaaso n'osaba ebigambo nga, "Katonda, ggoba omulabe Setaani era omulyolyomi okuva mu famire eno era oganye babuulirwe enjiri."

Kisingako bwe tutalya mmere yonna ebadde ku kyoto ng'eweebwayo eri bakatonda abalala oba emyoyo, naye bwe tuba nga tetulina kya kukola tulina okulya, tusobola okugirya n'okukkiriza. Ab'awaka bwe babeera banaanyiga nti olw'okuba tolidde n'abo, kijja kubeera kizibu ddala okubabuulira enjiri singa eddembe mu maka libeera limaliddwawo.

Wayinza okubaawo embeera endala. Watya ng'oba onaatera okulya emmere ey'ekika ekyo olw'okukkiriza, ne wabaawo akugamba nti yaweereddwayo eri bakatonda abalala. Awo tolina kugirya. Omuntu oyo akugamba kubanga alowooza nti tolina kugirya. N'olwekyo, tolina kugirya ku lulwe.

Mu ngeri eno, tulina okunoonya ebyo abiyamba abalala tuleme okuganya ow'oluganda omulala okwonoona, ne bwe kiba kitegeeza ffe kwessaddaaka. Okusobola okukola ekyo, tulina okufuuka abantu ab'omwoyo era tutambulire mu musana.

Essuula 9

Engeri Ey'omutume

Teyakozesa Ddembe lye Ery'okuba Omutume

Enjiri yabawanga Yabuwa nga Tagisasuza

Yeefuula Omuddu eri Bonna

Okuwangula, Dduka Ng'omutume!

Teyakozesa Ddembe lye Ery'okuba Omutume

Ssiri wa ddembe? Ssiri mutume? Ssaalaba Yesu Mukama waffe? Mmwe temuli mulimu gwange mu Mukama waffe? (9:1)

Katonda yawa abantu eddembe ery'okwesalirawo. Katonda yawa Adamu eddembe okwesalirawo okulya ku muti ogw'okumanya obulungi nobubi oba obutagulyako, kyokka n'amukuutira nti Adamu bwalirya ku muti 'talirema kufa'. Lye ddembe eryo lye limu lye tusobola okukkiririzaamu Katonda oba nedda.

Omutume Pawulo naye yalina eddembe okwesalirawo. Yalina eddembe okwesalirawo oba okukolera Katonda oba nedda. Yalina eddembe okulya n'okunywa.

Kyokka wadde yalina eddembe eryo Pawulo era yali mutume. Omutume abeera muweereza wa Katonda agoberera mu bujjuvu okwagala kwa Katonda, agonda okutuuka okufa, era ng'amuddiza ekitiibwa ng'ajjulira Katonda. Olw'okuba

Katonda abeera n'abantu ng'omutume Pawulo, wabeerawo obubonero obuba bubagoberera nga bwe kinyonyolwa mu Makko 16.

Omuweereza wa Katonda abeera n'ebisaanyizo ebimuyisa omutume singa aweesa Katonda ekitiibwa okuyita mu bubonero n'ebyewuunyo era n'akulembera ekisibo eri okukkiriza okutuufu n'eri obulamu obutaggwaawo. Wadde Pawulo agamba nti wa ddembe, mutume atakola nga bwayagala.

Omutume Pawulo yatambulira mu bulamu obw'okutambula ne Katonda okuviira ddala lwe yasisinkana Mukama. Bulijjo yeerabiranga ku Katonda okuyita mu kusaba era ng'afuna okuddibwamu okuva Gyali. Yakozesa ebigambo nti "Ssaalaba Yesu Mukama waffe?" ng'ategeeza kino.

Yali musajja wa ddembe. Naye, olw'okuba yali mutume, teyeeyisanga nga bwayagala. Yakolanga kwagala kwa Katonda n'amazima. Yanyiikiranga okubuulira enjiri era n'azaala abakkiriza mu kkanisa y'e Kkolinso. Ku kino kwe kugamba, "Mmwe temuli mulimu gwange mu Mukama waffe?"

Oba nga ssiri mutume eri abalala, naye ndi mutume eri mmwe, kubanga mmwe kabonero k'obutume bwange mu Mukama waffe. (9:2)

Omutume Pawulo yawa abakkiriza b'e Kkolinso enjiri, era okuyita mu bubonero n'ebyewuunyo yabalung'amya eri okukkiririza mu Katonda era n'okukwata ekkubo ery'obulamu obutaggwaawo. Bwatyo agamba nti ye mutume gye bali engeri

El camino del apóstol

gye yabazaala okuyita mu njiri.

Naye abo abatamanyi Katonda tebayinza kumuyita mutume kubanga tebamanyi omutume kye ki. Ne mu bakkiriza abo, abantu abaali tebamanyi mazima bulungi, oba abo abataali ba memba b'ekkanisa ye Kkolinso bayinza okuba baakitwala nti teyali mutume gye bali. Tusobola okutegeera kino kubanga abamu ku bo baali batambuza engambo ez'obulimba gamba nga, "Pawulo agaana okukomolebwa kyokka ekyo kikyamu. Pawulo musomesa wa njiri ey'obulimba."

Naye mu Kkolinso, omutume Pawulo yennyini yeeyasimba Ekigambo kya Katonda. Kale abakkiriza eyo baalina okukkiriza nti yali mutume, bwe babeera, nga baali batwala Ekigambo kya Katonda bulungi. Era bwati Pawulo bwayogera kwekyo, "... kubanga mmwe kabonero k'obutume bwange mu Mukama waffe."

Bwe mpoza bwenti eri abo abankemereza. Tetulina buyinza okulyanga n'okunywanga? Tetulina buyinza okutwalanga omukazi ow'oluganda awamu naffe, era ng'abatume abalala, ne baganda ba Mukama waffe, ne Keefa? Oba nze nzekka ne Balunaba tetulina buyinza obutakolanga mirimu? (9:3-6)

Si mu kkanisa y'e Kkolinso yokka wabula ne mu bifo ebirala, waaliwo abantu abaali bakwatirwa Paul obuggya oba abaali tebamanyi bulungi mazima. Baali bagezaako okumulabamu ensobi nga boogera ebintu nga, "Ye lwaki Pawulo tawasa? Lwaki alya ebintu ng'ebyo kyokka biri n'atabirya? Lwaki tayagala kukomolebwa?"

Ne Yesu yalina abayigirizwa nga Yuda Isukariyooti. Waaliyo n'abo abaalina obuggya ku Paulo. Baagaana okumukkiriza wadde nga yakakasa nti aweereza Katonda omulamu okuyita mu bubonero n'ebyewuunyo, baamulyamu olukwe. Pawulo awa eky'okulabirako eky'abantu ng'abo.

Nakasigirwa 'tu' kakozesebwa mu lunyiriri 4 okugattamu Balunaba ne bakozi banne abalala be yali ayogerako.

Pawulo era agamba, "Tetulina buyinza okulyanga n'okunywanga?" Ddala yalina eddembe ery'okunywa n'okulya nga bwe yayagalanga.

Era agamba nti Tetulina buyinza okutwalanga omukazi ow'oluganda awamu naffe, era ng'abatume abalala, ne baganda ba Mukama waffe, ne Keefa, naye nga kino yali ategeeza nti asazeewo obutabeera na mukyala mu kiseera ekyo.

'Ng'abatume abalala' abeera ategeeza abayigirizwa ekkumi n'ababiri n'abalala abaali basobola okufuuka abatume. 'Baganda ba Mukama waffe' kitegeeza ab'oluganda ne Yesu ab'omu musaayi, nga Yakobo. Keefa ye Peetero, "Olwazi." Pawulo amwogerako kubanga Peetero ye mukulu w'ekkumi n'ababiri.

Naye tekitegeeza nti baali batambulanga ne bakyala baabwe olw'ekwesanyusa obusanyusa. Kitegeeza nti baatwalanga bakyala baabwe ku mbaga ez'okuyitako ezimu oba olukung'ana olulala lwonna. Omutume Pawulo ne Balunaba n'abo baalina eddembe eryo, naye tebaakikola. Nga lwaki tebaba na ddembe ery'okuwummulangamu? Naye baakolanga obutalekaayo

El camino del apóstol

kubanga bayagalanga nnyo Mukama n'emyoyo.

Ani agenda okutabaala yonna yonna n'atabaaza ebintu bye ye? Ani asimba olusuku n'atalya ku mmere yaamu? Oba ani alunda ekisibo n'atanywa ku mata g'ekisibo ekyo? Ebyo njogera bya buntu? Oba era n'amateeka tegoogera bwe gatyo? Kubanga kyawandiikibwa mu mateeka ga Musa nti, "Togisibanga kamwa ente ng'ewuula." Katonda alowooza bya nte? Oba ayogera ku lwaffe fekka? Kubanga kyawandiikibwa ku lwaffe, kubanga alima kimugwanira okulima ng'asuubira, era n'awuula kimugwanira okuwuula ng'asuubira okuweebwako. (9:7-10)

Bwe twegatta ku maggye ssi ffe twegulira emmere wadde okukozesa sente zaffe. Ekitongole ky'amaggye kye kituliisa, okutwambaza, n'okutuwa ew'okusula. Naye Pawulo yali akola mulimu gwa Katonda kyokka nga yeeyeelabirira ye kennyini.

Tetusimba mizabbibu kugitunulako butunuzi. Tugisimba tusobole okufunako ebibala byakwo. Tulunda ekisibo tusobole okukifunamu amata, ennyama, amaliba, n'ebyoya. Olwo, lwaki Pawulo akozesa olulimu olw'ekikula ekyo?

Ekyamateeka Olw'okubiri 25:4 wagamba, "Togisibanga kamwa ente ng'ewuula." Waliwo ente ezikozesebwa okusiga, okugyawo emisanvu eminene, n'okusambula. Naye olumu ente eyo ejja kulya ogumu ku muddo bweneeba esambula. Nnyini yo bw'aba ow'ettima ayinza okugigaana ng'agireekanira oba okugikuba.

Ente eno erima ekola nnyo, kyokka zirya katono ddala

ku muddo oba ku nsigo ze zibeera zisiga oba okusambula. Ba nnyini zo bwe bazitulugunya olw'ekyo, bateekwa okuba n'obukaawu munda mu bo. Kyokka ekigambo kino naffe kitutuukirako, abantu bonna era nga tekigenderedde kwogera ku bisolo byokka. Wadde Pawulo ayogera ku nte okusobozesa abantu okutegeera.

Omutume oba abaweereza ba Mukama babuulira Ekigambo kya Katonda okusobola okutaasa emyoyo egiri mu kuzikirira basobole okugitwala eri obulamu obutaggwaawo. Naye, tebasobola kukikola nga bafa enjala. Kale balina okuba nengeri gye babeerawo. Kitegeeza balina okubeera nga basobola okusiga ekintu eky'omwoyo basobole okukungula ekyo ekikwatikako. Era ne mu Ndagaano Enkadde etteeka lino linnyonnyolwa.

Oba nga ffe twabasigamu eby'omwoyo, kya kitalo ffe bwe tulikungula ebyammwe eby'omubiri? Oba nga abalala balina obuyinza obwo ku mmwe, ffe tetusinga bo? Naye tetwakoza buyinza obwo, naye tugumiikiriza byonna, tulemenga okuleeta ekiziyiza enjiri ya Kristo. (9:11-12)

Omutume Pawulo ne Balunaba baalina eky'omwoyo kye baasimba, nga ye njiri, mu bakkiriza b'ekkanisa y'e Kkolinso. Babalung'amya eri okwenenya okusobola okuva mu kkubo ery'okufa n'okukkiriza Mukama era bakwate ekkubo ery'obulamu obutaggwaawo. Eyo yensonga lwaki teyali nsobi bo okubaako kye bafuna okwebeezaawo okuva mu bamemba b'ekkanisa y'e Kkolinso.

Naye nga tekitegeeza nti omutume Pawulo ddala yafuna ebintu ebikwatikako okuva mu bakkiriza.

N'abaweereza ba Katonda abalala baabulira enjiri era ne beeyambisanga ebintu abakkiriza bye baabawanga. Olwo ate bwe kyandituuse ku mutume Pawulo tekyandisusseewo okuba ng'afuna ebintu okuva mu bakkiriza, kubanga ye yatandikawo ekkanisa y'e Kkolinso era nga yazaala endiga nnyingi okuyita mu njiri!

Okusobola okwewala okutaataaganya okubuulira kw'enjiri, omutume Pawulo ne Balunaba beesonyiwa ebintu ng'ebyo. Pawulo kino akyogerako olw'okuba mu kkanisa waali wabalukawo dda ebizibu olw'ensonga eno.

Kiba kituufu, kya bwenkanya era ekisaanidde abatume okufunanga ebirungi okuva mu kisibo kyabwe, naye Pawulo teyayagala kukozesa mukisa ogwo singa kyali kijja kwesitaza ekisibo nga balowooza nti, "Ddala tulina okuwaayo ebiweebwayo bwe tuti?"

Temumanyi ng'abo abaweereza ebitukuvu balya ku by'omu yeekaalu, n'abo abaweereza ku kyoto bagabana n'ekyoto? Era ne Mukama waffe bwatyo yalagira ababuulira enjiri baliisibwenga olw'enjiri. Naye nze sibikolanga ebyo n'ekimu; so siwandiise ebyo kiryoke kinkolerwenga nze bwe kityo kubanga waakiri nze okufa, okusinga omuntu yenna okufuula kwenyumiriza kwange okw'obwereere. (9:13-15)

'Abo abaweereza ebitukuvu' be bakozi b'ekkanisa abakola

obudde bwonna. 'Abo abaweereza ku kyoto' kitegeeza abasumba, abaweereza ba Katonda. Abakozi b'ekkanisa abakola obudde bwonna, era nga kirina okubeera ekintu ekyeraga olwatu nti ddala balina okuweebwa ku bintu bya Katonda. Era, abaweereza ba Katonda, abasumba bakozesa ebintu ebiva ku kyoto. Ebintu bino byonna binyonyolwa mu bujjuvu mu mateeka agafuga okuwaayo ssaddaaka mu Ndagaano Enkadde.

Ennono ezo ze zimu ezigobererwa ne mu Ndagaano Empya. Abayigirizwa bwe baaganda ku ngendo ez'obuminsane, Yesu yagamba mu Matayo 10:9-10, "Temubeeranga na zaabu, newakubadde effeeza, newakubadde ebikomo mu nkoba zammwe, so n'ensawo etambula, newakubadde ekkanzu ebbiri, newakubadde engatto, newakubadde omuggo, kubanga akola emirimu asaanira okuweebwa emmere ye."

Yabagamba tebabeera na zaabu, ffeeza, newakubadde ebikomo, wadde okubeera n'engoye ebbiri okugyako ezo ze baali bambadde. Abaggalatiya 6:6 n'awo wagamba, "Naye ayigirizibwanga ekigambo assenga ekimu n'oyo ayigiriza mu birungi byonna."

N'olwekyo, kiba kituufu abakkiriza okuwanga oyo abasomesa ebintu ebirungi; bamuweereze era afune okuva gye bali.

Kyokka Pawulo yamanya emitima gy'abantu kubanga yawulira bulungi nnyo eddoboozi ly'Omwoyo Omutukuvu. Abakkiriza mu kkanisa y'e Kkolinso bulijjo baabeeranga n'ebizibu n'ebigezo kubanga tebaatambuliranga mu mazima.

Eno yensonga lwaki Pawulo teyabagyako wadde emmere oba sente.

Teyakozesa ddembe lye. Era kyali tekitegeeza nti yali alina kyabeetaagamu bwe yabanyonyola ebigambo bino byonna. Era yensonga lwaki yasobola okubabulira ekigambo ga tatya ng'agamba nti, "waakiri nze okufa, okusinga omuntu yenna okufuula okwenyumiriza kwange okw'obwereere."

Naye tulina n'okutegeera embeera nga bwe yali mu kiseera ekyo. Omutume Pawulo teyeeyisa kye kimu eri amakanisa amalala gonna. Ekkanisa bwe yamuwanga ebintu ebirungi mu kwebaza n'essanyu, nga ajja kubikkiriza. Naye abakkiriza mu Kkolinso baleetanga buleesi bizibu awatali kuweereza, era bwatyo kwe kugaana ekintu kyonna okuva gye bali.

Enjiri yabawanga Yabuwa nga Tagisasuza

> Kubanga bwe mbuulira enjiri, siba na kya kwenyumiriza, kubanga nnina okuwalirizibwa; kubanga zinsanze bwe ssibuulira njiri. (9:16)

Bwe tukkiriza Mukama era ne tutegeera Katonda, tulina okubuulira enjiri eri baliraanwa baffe okusobola okubaleeta eri obwakabaka obw'omu Ggulu; tetulina kumatira na kyakuba nti tugenda mu Ggulu. Okubunyisa enjiri buvunaanyizibwa bwaffe; tekibeera kyakwenyumiriza. Kyetulina okwenyumirizaamu bye bibala ebiva mu kubuulira enjiri.

Eky'okwenyumiriza kyaffe kirina kubeera mu bintu nga okulokola emyoyo; okulaga obubonera bwa Katonda bungi; nga tufulumya evvumbe eddungi erya Kristo eri abatakkiriza; okufuna eby'okuddamu eri essaala n'okuddiza Katonda ekitiibwa. Okubuulira enjiri bwe buvunaanyizibwa obwaweebwa eri abakkiriza bonna.

Pawulo yagamba, "zinsanze bwe ssibuulira njiri." Ekigambo

kino 'zinsanze' kirina amakulu ga mirundi ebiri.

Agasooka, zitusanze kubanga tumanyi obulungi kye ki naye tetubutambuliramu. Katugambe baganda baffe, ab'eng'anda ne baliraanwa baffe bagwa mu Ggeyeena, bwe tutababuulira njiri, tubeera ng'abatunudde obutunuzi ng'omuntu abbira. Yakobo 4:17 wagamba, "Kale amanya okukola obulungi n'atakola, kye kibi eri oyo." Bwe tutabuulira njiri, tetulina kye tujja kuwoza mu maaso ga Katonda ku lunaku olw'omusango. Bwalitubuuza wa bazadde baffe, baganda baffe, ne baliraanwa baliwa? Tulisobola tutya okuyimusa omutwe gwaffe?

Amakulu amalala, tukkiririza mu Katonda kyokka ne tutabuulira njiri. Buno bukakafu nti tetulina kukkiriza okwa nnamaddala n'ekisa. Era bukakafu obulaga nti tetwagala Katonda. Zitusanze ffe kubanga obuvunaanyizibwa buno bwaffe, butulemye okutuukiriza. Katonda asanyuka nnyo bwe tubuulira enjiri. Kale, bwe tutabuulira njiri, kitegeeza nti tuli bamativu bwe tulokoka fekka; Bukakafu nti tetunnajjula mwoyo.

Kuba oba nga nkola bwe ntyo n'okwagala, mbeera n'empeera, naye oba nga ssikola na kwagala, nnateresebwa obuwanika. Kale mpeera ki gye nnina? Mbuulira enjiri okugifuula ey'obwereere, nneme okukoleza ddala obuyinza bwange mu njiri. (9:17-18)

Bwetukola ekintu kyonna olw'obwakabaka bwa Katonda n'okuweesa Katonda ekitiibwa mu kwagala, tetujja kufuna mpeera za mugulu zokka, wabula tujja kufuna n'emikisa ku nsi.

Ne bwe yandibadde takikoledde mu kweyagalira, Pawulo yalina obuvunaanyizibwa obwo ng'omutume, Era kyali kimukakatako okubuulira enjiri. Abakozi ba Katonda bwe beemulugunya olw'obusente oba empeera ebaweebwa, bwebalekayo omulimu gwabwe tekibeera kituufu.

Eriyo n'abasumba abamu abatwala obuvunaanyizibwa obw'okubuulira enjiri eyo mu nsozi oba ku buzinga obutono ddala nga basisinkanirayo ebizibu bingi olw'okuba buvunaanyizibwa bwa muwendo obwabakwasibwa Katonda. Naye bwe tusuula eri obuvunaanyizibwa obwatukwasibwa Katonda olw'obusente obutono oba ebizibu ebirala, tuyinza kuyimirira tutya mu maaso ga Katonda ku lunaku olw'enkomerero?

Pawulo enjiri y'abuuliranga ya bwereere nga tagisasuza. Eyo yensonga lwaki yasobola okugamba nti teyakozesa ddembe lye ng'omutume okuggya mu bakkiriza eby'okukozesa oba eby'etaago.

Abantu abamu bagamba nti abasumba oba abakozi ababeera ku kanisa obudde bwonna bakolera Katonda yekka, nti era bajja kubeera n'empeera nnene nnyo. Naye bafuna omusaala okuva eri Katonda olw'omulimu gwe bakolera ekkanisa, kale ddala si bwe kiri bwe kityo.

Olwo bayinza batya okufuna empeera ez'omu ggulu? Ba memba b'ekkanisa aba buli jo bwe bakolera Katonda mu biseera byabwe eby'eddembe eyo ejja kubeera mpeera yaabwe. Mu ngeri y'emu, abasumba bwe bakola okusukuluma ku kibasasuza, era bwe beewaayo ennyo ne basaba nnyo, ebintu bino bye bijja okubeera empeera zaabwe ez'omu ggulu.

Naye bwe batakola nnyo nga bwe basasulwa, bajja kufuuka ekivume. Empeera bazifuna singa babeera bakoze okusinga ku kibasasuza. Omutume Pawulo teyakoma kubuteerekaamu ng'akola, wabula teyakozesa na ddembe lye ng'omutume okufuna ebyetaago bye okuva mu bakkiriza. Nolwekyo, eno nayo yali mpeera ye.

N'aweerezanga mu kanisa bwe nali nkyali mu ssomero ly'eddiini, era saafunanga musaala gwonna okuva mu kkanisa. Bwe nnagulawo ekkanisa, Katonda yampa omukisa olw'ebyo byonna bye nali nkoze. Era ne bwe nali n'akaggulawo ekkanisa nga ba memba bakyali batono, Katonda yampa omukisa okuyita mu bakkiriza abalala.

N'atandika ekkanisa ne ddoola z'amerika nga musanvu zokka, naye bwe twateekayo saviisi ey'okunywezebwa nga wayise emyezi ebiri gyokka, twalina ebintu byonna bye twali twetaaga mu kkanisa, gamba nga akatuuti entebe n'ebintu ebirala.

Okubuulira enjiri buvunaanyizibwa bwa buli mwana wa Katonda yenna, so si basumba bokka. Tulina okusasula omutango gw'omusaayi gwa Mukama. Tetujja kusobola kuyimusa mitwe gyaffe oba okwogera ekintu kyonna bwe tutatuukiriza buvunaanyizibwa buno.

Yeefuula Omuddu eri Bonna

Kuba newakubadde nga ndi wa ddembe eri bonna nneefuula muddu eri bonna, ndyoke nfunenga abangi. N'eri Abayudaaya nnafuuka nga Omuyudaaya nnafuuka nga Omuyudaaya nfunenga Abayudaaya; eri abo abafugibwa amateeka nnafuuka ng'afugibwa amateeka, Nze kennyini nga sifugibwa mateeka, nfunenga abafugibwa amateeka. (9:19-20)

Omutume Pawulo yali musajja wa ddembe eyali tasibibwa muntu yenna. Yali waddembe nnyo kubanga yamanya amazima era n'agatambuliramu, nga bwe kyogera mu Yokaana 8:32, "era mulitegeera amazima, n'amazima galibafuula ba ddembe."

Nga tetunnayimirira ku lwazi olw'okukkiriza, tuyinza okulowooza nti amazima gatusiba. Tuyinza okulowooza nti tetuyinza kintu kyonna kye twagala kukola era gakaluubiriza obulamu. Naye bwe tuyimirira ku lwazi olw'okukkiriza, tujja kutambulira mu mazima nga tewali atukase wabula nga kijja kyokka. Olwo nno, tunaafuna okuddamu eri essaala zaffe zonna nga tetwegayiridde na kwegayirira, era bwe tutyo tujjuzibwa essanyu n'eddembe.

Tujja kwebaza ku lw'omuntu yenna mu mbeera yonna, era tujja kuwulira nga tuli ba ddembe mu buli mbeera. Naye Paulo agamba nti yafuuka muddu eri bonna okusobola okwongera okulokola emyoyo.

Ffe okusobola okulokola abatakkiriza, tulina okubeera n'abo. Waliwo abagamba nti tetulina kussakimu na batalibakkiriza, naye ekyo si kituufu. Tuyinza tutya okubalokola bwe tutabeera mikwano gyabwe oba okukolagana n'abo?

Abayudaaya bakkiririza mu Katonda, naye si mu Yesu Kristo. N'abo twetaaga okugenda gye bali, ne tubeera n'abo, ne tusobola okusiga Yesu Kristo mu bo, basobole okufuna Omwoyo Omutukuvu n'obulokozi. Tulina okubeera n'abo.

Mu lunyiriri 20 wagamba, "Eri abo abafugibwa amateeka." Wano, Amateeka tekitegeeza ebitabo 66 ebya Bayibuli wabula amateeka g'Endagaano Enkadde.

Baalina ssaddaaka za mirundi mingi era baazituukirizanga bulungi nnyo. Wabula mu Ndagaano Empya, Yesu yafuuka omutango ogutangirira ogw'omulundi ogumu eri ffenna, era kati, tuwaayo ssaddaaka ez'omwoyo era ennamu mu kifo kya ssaddaaka ez'omu Ndagaano Enkadde.

Eky'okulabirako, Etteeka ligaana okulya ennyama y'embizi (Eby'abaleevi 11:7-8). Naye mu Ndagaano Empya, eri

Abamawanga si bwe kiri, wadde nga kisingako okukuuma amateeka (Acts 15:28-29).

Naye Abayudaaya bangi bakyakuuma butiribiri Amateeka ag'Endagaano Enkadde, era ne bawaayo ssaddaaka ez'ebikolwa. Tebeetaba ne mu kusaba okw'okusinza.

Pawulo yali tasibibwa ngeri z'amateeka ezo, kyokka yafuuka ng'Omuyudaaya era n'abeera wamu n'abo okubabuulira enjiri ne Yesu Kristo. Nga omunnyo bwe gusaanuuka ne guyingira mu mmere yonna okugifuula empoomu, Pawulo yafuuka ng'omunnyo gye bali.

...eri abatalina mateeka nnafuuka ng'atalina mateeka, si butaba na mateeka eri Katonda, naye nga mpulira amateeka eri Kristo, nfunenga abatalina mateeka. (9:21)

"Abo abatalina mateeka" wano kitegeeza abatali bakkiriza abatamanyi Katonda. Amateeka g'Endagaano Enkadde gaali geesigamye ku bikolwa eby'okungulu, era bwe batyo baakomolanga emibiri gyabwe. Naye mu Ndagaano Empya, Tetulina mateeka ga bikolwa gokka wabula tulina n'amateeka ag'okwagala. Tukomola omutima gwaffe ne tugulongoosa.

Omutume Pawulo yakuumanga amateeka engeri gye yali wansi w'amateeka ga Yesu Kristo. Naye yafuuka ng'abo abatalina mateeka okusobola okubategeera obulungi, okubakkiriza, n'okubagala okusobola okufuuka mikwano gyabwe, asobole okubabuulira Yesu Kristo era abalung'amye eri ekitangaala n'obulokozi.

Eri abanafu nnafuuka munafu, nfunenga abanafu; eri bonna nfuuse byonna, mu byonna byonna ndyoke ndokolenga abamu. Era nkola byonna olw'enjiri, ndyoke nzisenga kimu mu yo. (9:22-23)

Bwagamba nti, "Eri abanafu nnafuuka munafu," tekitegeeza nti tulina kufuuka balwadde era abanafu mu mubiri ng'abalwadde bwe babeera abanafu. Ayogera ku ndowooza zaffe ze tusobola okukozesa ne tufuuka mikwano gyabwe. Tulina okulowooza kw'abo abalwadde era ne tubabuulira Yesu Kristo. Kuno kwe kukola byonna olw'enjiri.

Eky'okulabirako, Bwe mbeera mpa ba memba b'ekkanisa amagezi, Nkikola okusinziira ku ddaala ly'okukkiriza kwabwe. Omuntu bw'aba yafunye akabenje n'ajja gyendi okubuuza ekibuuzo nga... "Eyankoonye agamba ajja kumpa emitwalo kkumi era nga zeneetaaga mu ddwaliro. Naye bwe mutwala mu kkooti nsobola okukubisaamu mw'ezo. Nkole ntya?"

Amagezi ge mbawa g'awukana okusinziira ku kukkiriza kwa buli muntu ssekinnoomu. Omuntu oyo bw'aba yakatandika mu kukkiriza, si kibi okugenda mu bya kkooti, kale mugamba nti kola ky'oyagala. Kubanga bwe mugamba atwale ezo emitwalo ekkumi, ayinza okulowooza, "Kale singa ssazze kumwebuuzaako nandyegendedde mu kkooti ne neefunira emitwalo gyange abiri. Naye musumba bw'aba kyagambye, siyinza kumujeemera nina okukikola. Mwana ngudde mu loosi ya mitwalo kkumi miramba."

Bw'atagoberera magezi gange era n'ajeemera amagezi

ge muwadde, awo Setaani ajja kumugwiira mangu, era akaluubirirwe mu bulamu. Kale eri abo abatalina kukkiriza kungi, mbabuulira kiki amazima kye gagamba kasita tebayonoona.

Naye eri abo abayimiridde ku lwazi olw'okukkiriza, ddala njakubagamba, "Twala egyo emitwalo ekkumi kasita zeweetaaga mu ddwaliro. Bw'onoofuna ekizibu ekirala kyonna mu dda, ojja kuwonyezebwa okuva eri Katonda okuyita mu kukkiriza."

Era omuntu oyo bw'aba n'okukkiriza okusingawo, mugamba, "Ebyo birekera Katonda ofune okuwonyezebwa. Duleeva oyo yabadde mu nsobi, ye lwaki tomusonyiwa busonyiyi ne bw'oba tofunye kuliyirirwa kwonna okuva gyali?" Bwakigondera, ajja kusobola kwerabira ku kyamagero okuva eri Katonda.

Katonda ddala ajja kumuwonyeza ddala mu kukkiriza. Mu mbeera eno, talina kugenda mu ddwaliro okuyita mu bujanjabi obulimu obulumi. Era abeera afulumya evvumbe lya Kristo n'ebikolwa ebirungi. Kino kye kisingayo obulungi.

Buli muntu alina ekigera kya njawulo eky'okukkiriza, ekigera eky'enjawulo eky'obulungi n'obubi mu bo. Tulina okubawa amagezi okusinziira ku njawulo eno. Tulina okutegeera bwe bayimiridde era tubawe amagezi okusinziira kukukkiriza kwabwe.

Okusobola okukola kino, tulina okutwala abalala nti batusingako (Abafiripi 2:3). Omuntu omulala bwe tubeera tumusinga okumanya n'okusoma, ate tuyinza tutya okukitwala nti batusingako? Tekitegeeza nti tukitwala nti bamanyi okutusinga. Kitegeeza nti tulina okubategeera nga tweteeka mu ngato zaabwe. N'abo baana ba Katonda era tulina okubategeera olwa ki kye bali.

Omuntu bw'aba alina obusungu obwettumbiizi, tulina okumutegeera nga bwali. Omuntu bwaba alimba nnyo, tulina okumutegeera era tumukkirize. Bwe tubeesamba obwesambi, kubeera kwemanya. Tulina okuba nga tusobola okuwa omuntu ow'ekika ekyo ekisa, tusige okukkiriza mu ye, n'okumuwa okwagala.

Omutume Pawulo naye abantu ab'enjawulo yabayisanga mu ngeri ez'enjawulo okusinziira ku kukkiriza kwabwe, okusobola okufuna emyoyo emirala. Tulina okugoberera eky'okulabirako kye.

Okuwangula, Dduka Ng'omutume!

Temumanyi ng'abadduka mu kuwakana baddukira ddala bonna, naye aweebwako empeera omu? Muddukenga bwe mutyo mulyoke muweebwe. Era buli muntu awakana yeegendereza mu byonna. Kale bo bakola bwe batyo balyoke baweebwe engule eryonooneka, naye ffe tayonooneka. (9:24-25)

Mu mpaka z'emizannyo, omuntu omu yafuna omudaali ogwa zaabu. Pawulo atukubiriza tudduke ng'abali mu mpaka tulyoke naffe tufune omudaali ogwa zaabu. Okusobola okukola kino, tulina kusooka kwetaba mu mpaka. Kwe kugamba, tulina okwenyigira mu njiri, era tulina okugezaako okufuna omuddaali ogwa zaabu.

Twatandika dda embiro eri wankaaki w'Eggulu. Ekirubirirwa kyaffe ekisingayo ye Yerusaalemi Empya nga eyo gye bayinza okutukwasiza omudaali ogwa zaabu, kwe kugamba engule eya zaabu, era bwe tutyo tulina okunyiikira okudduka nga tudda gy'eri.

Olunyiriri 25 lugamba, "Buli muntu awakana yeegendereza mu byonna." Eky'okulabirako, omukubi w'ebikonde ajja kwetendeka mu ngeri enzibu era yeegendereze byalya okusobola obutayitawo mu bunene. Kye kimu naffe.

Okusobola okusaba ennyo, tulina okukendeeza kukulaba TV; tulina okwesala ku masanyu g'ensi eno oba okukyalakyala okusobola okukolera Katonda. Tulina okwegendereza obutanyiiga. Era, tulina n'okweggyako ebibi okutuuka ku ssa ly'okuyiwa omusaayi.

Ku nsi kuno, omuntu ne bwabeera muwanguzi era n'awangula omudaali ogwa zaabu, bikoma wano ku nsi. Tebiyinza kubeera bya lubeerera, era tegulina kye gugasa mumaaso ga Katonda. Nolwekyo, abo abalina okukkiriza okutuufu tebajja kwegomba bintu ng'ebyo.

Bajja kwegendereza mu bintu byonna okusobola okufuna engule ey'olubeerera, nga engule eyazaabu, engule ey'obutuukiririvu, engule ey'obulamu, n'engule etayonooneka.

Nze kyenva nziruka bwe nti, si ng'atamanyi, nnwana bwe nti si ng'akuba ebbanga. Naye nneebonereza omubiri gwange era ngufuga, mpozzi, nga mmaze okubuulira abalala, nze nzekka nneme okubeera atasiimibwa. (9:26-27)

Tulina ekiruubirirwa bwe tubeera tudduka. Tubeera tulina we tulina okutuuka era ne wetulina okuyita okutuukawo, bwe tubeera mu misinde gy'empaka. Omuntu bwatayita mu kkubo eryateereddwawo, ne bwadduka kyenkana ki kijja kubeera tekikola makulu. Omukubi w'ebikonde bwabeera mu kukuba ebbanga, tekibeera na makulu.

Mu ngeri y'emu, tulina okubaako ekiruubirirwa mu mazima. Matayo 7:21 wagamba, "Buli muntu ang'amba nti, 'Mukama wange, Mukama wange,' si ye aliyingira mu bwakabaka obwomu ggulu, wabula akola Kitange ali mu ggulu by'ayagala." Tulina okugoberera okwagala kwa Katonda.

Bwe tutagoberera kwagala kwa Katonda tetusobola kugenda mu Ggulu. Era, ne bwe tukola ennyo ebya Katonda, tetusobola kufuna mudaali gwa zaabu ogw'okukkiriza. Mulimu gwa kika ki Katonda gwatwetaaza? Okusooka, Ayagala tumukolere mu mazima nga bwe tulongoosa emitima gyaffe.

Abantu abamu bakola emirimu egy'obwannakyewa ku lwa Katonda naye nga balina obubi bungi mu bo. Abantu abamu bakola nnyo okusinga ku balala nga bakikola okusobola okwenyumiriza mu kukola kwabwe ennyo. Katonda tajja kusanyukira mulimu gwa kika kino. Ne bwe tukola kyenkana ki, naye nga tukikoledde mu gatali mazima, tewajja kubeera mirembe; kijja kuswaza Katonda era awo wajja kubaawo kulwanagana na mirimu gya Setaani.

Nze ne mukyala wange bwe twali tutambuza akaduuka nga si tunatandika kkanisa, waaliwo omuntu eyali abuulira ennyo ejiri. Yali muwozi wa sente nga zirina okuddiramu amagoba, era omuntu bwataamusasulanga mu budde, ng'aleekaanira waggulu mu luguudo mwonna n'ebigambo ebitajja mu bantu. Abantu nga bamwogerera bubi kubanga ebyavanga mu kamwa ke ddala nga bibi.

Kyokka nga yanyiikiranga okubuulira enjiri. Bwe tutambulira mu gatali mazima nga bwe yakolanga, Katonda ajja kugamba, "Sibamanyangako" wadde nga twakola nnyo ku lw'obwakabaka Bwe. Ddala kirina kweraga lwatu nti tulina okugoberera okwagala kwa Katonda.

Tulina okubuulira enjiri nga bwe tutambulira ne mu mazima. Omubuulizi w'enjiri bwatambulira mu kibi n'obubi kyokka ng'eno bwagamba abalala okukkiririza mu Katonda era batambulire mu Kigambo Kye, tegayinza kubeera mazima. Pawulo kyava agamba nti abonereza omubiri gwe ye okugufuula ogw'omuddu, aleme okusuulibwa ebbali, kyokka nga yabadde abuulira abalala.

Essuula 10

BULI KIMU KIKOLA KU LW'OKUGULUMIZA KATONDA

Mubatizibwe mu kire ne mu nnyanja
Abaana ba Isiraeri Baazikirizibwa Olw'okwonoona

Katonda Ateekawo Obuddukiro Ew'okuwonera

Muddukenga Okusinza Ebifaananyi

Amakulu Ag'okungulu Ag'okusinza Ebifaananyi

Kola buli kintu Ku Lw'okuweesa Katonda Ekitiibwa

Mubatizibwe mu kire ne mu nnyanja

Kubanga Ssaagala mmwe obutategeera ab'oluganda, bajjajjaffe bonna bwe baali wansi w'ekire, era bonna bwe baayita mu nnyanja era bonna bwe baabatizibwa eri Musa mu kire ne mu nnyanja; (10:1-2)

'Ab'oluganda' kitegeeza abaana ba Katonda bonna. Kitegeeza nti Pawulo ayagala bategeere amazima, n'okwagala kwa Katonda, ne kyagenda okubeera ng'annyonyola okuva kati n'okweyongerayo.

Okusooka, wagamba, "bajjajjaffe bonna bwe baali wansi w'ekire, era bonna bwe baayita mu nnyanja." Wano, 'bajjajjaffe' be baana ba Isiraeri mu kiseera ky'okuva mu Misiri okugenda mu nsi ensuubize. Bwe baafuluma mu Misiri, Katonda yabakuumanga n'empagi ey'ekire emisana n'empagi ey'omuliro ekiro.

Baayita mu Nnyanja Emyufu nga bamaze okudduka e Misiri. Katonda yabawa embuyaga eyakunta okuva ebuvanjuba neeyawulamu Ennyanja Emyufu, era ebisenge ne byetondawo ku njuyi zombi. Katonda yakyusa embuyaga amangu ddala era amazzi ne gatasobola kukomawo. Bwatyo Katonda n'akolera abaana ba Isiraeri ekkubo bwe batyo ne basala ennyanja.

Olwo kitegeeza ki bwe woogera nti 'bonna bwe baabatizibwa eri Musa mu kire ne mu nnyanja'?

Kubanga baava mu Misiri nga balung'amizibwa Musa, abaana ba Isiraeri baali na Musa. Nga bwe tumanyi, ebire mwe muva enkuba. Bwatyo Pawulo kwe kugamba nti, 'bonna bwe baabatizibwa mu kire ne mu nnyanja' kitegeeza nti abaana ba Isiraeri baali wansi w'ekire nti era baayita mu nnyanja.

Tulina kunnyikibwa mu mugga mu kubatizibwa, naye mu kkanisa ezisinga obungi tekisoboka. Kale bakikola n'amazzi amatonotono. Mu ngeri y'emu, Katonda yakitwala nti abaana ba Isiraeri baali babatiziddwa wansi w'ekire era ne bwe baayita mu nnyanja. Okubatiza n'amazzi kabonero akalaga okunaazibwako ebibi era akabonero nti omuntu yalokoka.

...era bonna ne balyanga emmere emu ey'omwoyo; era bonna ne banywanga ekyokunywa ekimu eky'omwoyo, kubanga baanywanga mu lwazi olw'omwoyo olwabagobereranga, n'olwazi olwo lwali Kristo. (10:3-4)

Emmere abaana ba isiraeri gye baalyanga mu ddungu baagiyitanga maanu nga yabaweebwanga Katonda. Maanu teyalimibwanga bantu. Katonda yaggulangawo eggulu n'agibawa. N'olwekyo, yali mmere ey'omwoyo. Era, abantu bwe baayagala okunywa amazzi, amazzi nga gava mu lwazi Musa bwe yakubangako n'omuggo gwe. Amazzi gaafubutukangamu olw'amaanyi ga Katonda, era kyali eky'okunywa eky'omwoyo.

Endagaano Enkadde kye kisiikirize ky'Endagaano Empya, era nga ddala ekyo ekintu ekyetengeredde nga ye Yesu Kristo yalabika mu Ndagaano Mpya. Emmere ey'omwoyo n'eky'okunywa eky'omwoyo, mu Ndagaano Empya, kitegeeza omubiri n'omusaayi gwa Yesu Kristo. Bayibuli eyogera ku mubiri gwa Mukama nti ye 'mmere ennamu' oba 'omugaati ogw'obulamu'.

Yesu yagamba mu Yokaana 6:54-55, "Alya omubiri Gwange, era anywa omusaayi gwange alina obulamu obutaggwaawo, nange ndimuzuukiriza ku lunaku olw'enkomerero. Kubanga omubiri Gwange kye kyokulya ddala, n'omusaayi Gwange kye ky'okunywa ddala."

Pawulo yagenda mu maaso n'okugamba nti, "baanywanga mu lwazi olw'omwoyo olwabagobereranga." Abaana ba Isiraeri bwe baali tebalina mazzi ga kunywa mu ddungu, beemulugunyiza Musa, era Musa n'asaba.

"Laba, nze naayimirira mu maaso go eyo ku lwazi ku Kolebu; naawe onookuba olwazi, amazzi ganaavaamu, abantu banywe." N'akola bwatyo Musa mu maaso g'abakadde ba Isiraeri (Okuva 17:6).

Amazzi gaavaamu Musa bwe yagondera Ekigambo kya Katonda eky'okukuba ku lwazi. Bwe batyo ne babeera abalamu.

Olwazi luno kabonero akayimiriddewo ku lwa Yesu Kristo. Okunywa okuva mu lwazi luno, Yesu Kristo, kabonero akalaga nti tuyingiza Ekigambo, nga gwe mubiri gwa Yesu Kristo. Abo bokka abalya Ekigambo eky'omu bitabo 66 ebya Bayibuli, ekiva mu Yesu Kristo, ba bajja okufuna obulamu obutaggwaawo. Tetusobola kufuna obulamu obutagwaawo awatali kulya Ekigambo eky'amazima, nga gwe mubiri gwa Yesu Kristo.

Katonda teyagamba Musa okukuba ku lwazi mbu okulaga amaanyi Ge. Wabula okulaga nti Olwazi lugumu ate terukyukakyuka. Lulina amaanyi okuwanirira ebintu ebirala. Omusingi gw'ebizimbe guteekebwamu mayinja.

Olwo lwaki Yesu Kristo Ageraageranyizibwa ku Lwazi?

Yesu lwe lwazi olw'obulokozi bwaffe. Era ng'enjazi bwe zisobola okumenya ebintu ebirala, Mukama yamenya obuyinza bw'okufa era n'awangula omulabe setaani. Zino ze nsonga lwaki Yesu Kristo afaananyizibwa olwazi.

Amazzi gaafubutuka mu lwazi luno nga lukubiddwako. Kitegeeza tubeera balamu singa tubeera tufunye ensulo y'amazzi okuyita mu Yesu Kristo. Amazzi gategeeza amazzi amalamu, nga kye Kigambo kya Katonda. Nga abantu bwe basobola okubeera abalamu bwe banywa amazzi, mu makulu ag'omwoyo, tusobola okukwata ekkubo ery'obulamu obutaggwaawo bwe tuyingiza Ekigambo nga ge mazzi amalamu. Katonda yali asobola okuganya amazzi okufubutuka mu kintu ekirala kyonna n'amaanyi Ge, naye yaganya gave mu lwazi okusobola okubalaga amakulu ag'omwoyo.

Abaana ba Isiraeri Baazikirizibwa Olw'okwonoona

Naye bangi ku bo Katonda teyabasiima, kubanga baazikirizibwa mu Ddungu. (10:5)

Omulembe ogw'abaana ba Isiraeri ogwasooka nga bwe baava e Misiri bonna baafiira mu ddungu okujjako Yoswa ne Kalebu bokka. Ddala abaana ba Isiraeri baali bakkiririza mu Katonda? Singa Musa yali ababuuzizza nti oba ddala bakkiririza mu Katonda, bandikikkiriza ne bongerako nti 'Amiina!'

Baalaba Ebibonoobono Ekkumi, ne balaba ng'Ennyanja Emyufu yeeyawulamu emirundi ebiri, ne balaba ne ku mazzi nga gava mu lwazi. Maanu ng'egwa okuva mu ggulu, era nga baalung'amizibwanga empagi ey'ekire emisana, n'empagi ey'omuliro ekiro. Baalaba obubonero bungi n'ebyewuunyo era ddala baali bamanyi nti Katonda gyali.

Naye bonna baafiira mu ddungu. Nsonga ki eyaleetawo kino? Katonda tagamba nti tuyinza okulokolebwa olw'okumanya obumanya (Matayo 7:21). Bwe kubeera tekugendeddeko bikolwa okukola ng'okwagala kwa Katonda bwe kuli, Tagamba nti tulina okukkiriza.

Abaana ba Isiraeri baalyanga emmere ey'omwoyo era ne banywa eky'okunywa eky'omwoyo, naye tebaalya wadde okunywa okukkiriza okutuufu. Beemulugunya ku Katonda ne Musa bwe baali tebalina kya kulya. Yensonga lwaki Pawulo agamba nti, Naye bangi ku bo Katonda teyabasiima, kubanga baazikirizibwa mu Ddungu.

Kye kimu naffe olwaleero. Bwe twemulugunya olw'okubeera n'ebigezo wamu n'okusoomozebwa, kibeera kye kimu ng'okulaga obutakkiriza bwaffe. Tusanyuka era ne twebaza bwe tufuna okuddibwamu eri okusaba kwaffe, naye bwe twennyika era ne tutasanyuka mu mbeera enzibu, Katonda tayinza kugamba nti tulina okukkiriza.

Naye ebyo byali byakulabirako gye tuli tulemenga okwegomba ebibi era nga bo bwe beegomba. (10:6)

Tusobola okulaba oba tutukula oba tuddugala nga twetunulidde mu ndabirwamu. Mu ngeri y'emu, tusobola okutegeera emitima gyaffe giri gitya nga twetunulamu nga tukozesa ebitabo 66 ebya Bayibuli. Tusobola okulaba obuggya, ensaalwa, obukyayi, okukolokota, okwemanya, n'obubi obulala obwa buli kika mu mitima gyaffe.

Abaana ba isiraeri mu Ndagaano Enkadde baazikirizibwa mu ddungu kubanga baali b'onoonyi. Mu ngeri y'emu mu Ndagaano Empya bwe tugenda mu maaso n'okutambulira mu kibi kyokka nga bwe tugamba ntu tukkiririza mu Katonda, Katonda ajja kutugamba nti, "Sibamanyangako mmwe" (Matayo 7:23). N'olwekyo, tulina okwenaazaako ebintu byonna ebiddugala n'amazzi ag'omwoyo, nga kye Kigambo kya Katonda.

Eky'okulabirako, omuntu omulala bwalondebwa okubeera omulukembeze mu kkanisa, waliwo abantu abafuna obuggya. Abantu ng'abo balina kwebaza nti tebaalondeddwa! Kubanga okusookera ddala okubeera n'obuggya kitegeeza nti tebasaanidde kubeera bakulembeze.

Era, n'omukulembeze abaddeko bwe batamuzzaako, omuntu oyo naye alina kwebaza. Kye kintu ekirina okubaawo singa omuntu teyakoze mulimu gwe bulungi. Oba, omuntu oyo bw'aba alina omulala gwayimusizza ow'amaanyi mu kisanja kye ng'alina ebisaanyizo byonna, olwo nno kibeera ekintu ekirungi. Kale omukulembeze abaddeko ddala alina okwebaza.

So temubanga basinza ba bifaananyi, ng'abamu ku bo, nga bwe kyawandiikibwa nti, 'Abantu ne batuula okulya n'okunywa, ne bagolokoka okuzannya.' Era tetwendanga, ng'abamu ku bo bwe baayenda, ne bagwa ku lunaku olumu obukumi bubiri mu enkumi ssatu. (10:7-8)

Ekifaananyi mu makulu ag'omwoyo kye kintu kyonna kye twagala okusinga Katonda. Bwe tubeera twagala nnyo sente okusinga ku Katonda, kubeera kusinza bifaananyi era nga sente ze zifuuse ekifaananyi.

Abaana ba Isiraeri beekolera ekibajje eky'ennyana era ne bakisinza Musa bwe yali ali ku lusozi, ng'asiiba okumala ennaku 40 okusobola okufuna Amateeka Ekkumi. Olunyiriri oluddako lwogera ku baana ba Isiraeri lwe baanywa, ne balya, era ne bagolokoka okuzannya.

Okubala 25:1-3 wagamba, "Isiraeri n'abeera e Sitimu abantu ne batanula okwenda ku bawala ba Mowaabu, kubanga baayitanga abantu okujja ku ssaddaaka za bakatonda baabwe, abantu ne balya era ne bavuunamira bakatonda baabwe. Isiraeri ne yeegatta ne Baalipyoli obusungu bwa MUKAMA ne bubuubuuka ku Isiraeri."

Wano, tekigamba nti 'abasajja beegadanga n'abawala ba Mowaabu' naye 'abantu' beebakikola. 'Abantu' muzingiramu abasajja n'abakazi. Bawala ba Mowaabu baayita abaana ba Isiraeri bwe baalinga mu kuwaayo ssaddaaka zaabwe. Abantu ba Isiraeri kwe kubeegattako okusinza Baala ow'e Baalipyoli nga balya n'abawala ba Mowaabu n'okusinza bakatonda baabwe. Kino kitwalibwa nga 'obwenzi'.

Okubala 25:9 wagamba, "N'abo abaafa kawumpuli baali 24,000." Naye ekyawandiikibwa kino mu 1 Bakkolinso wagamba nti baali 23,000. Lwaki omuwendo gwawukana 1,000 lubulako?

Omuwendo mu Ndagaano Enkadde gwaliko n'abakazi abamawanga abaafa kawumpuli. Naye mu Ndagaano Empya, Pawulo yali talina nsonga emwogeza ku B'amawanga, era bwatyo n'ayogera ku muwendo ogw'Abaisiraeri bokka abaafa.

Obwenzi, eriyo obwenzi obw'omwoyo n'obwenzi obw'okungulu. Obwenzi obwayogerwako mu lunyiriri 8 bwe bwenzi obw'omwoyo. Ekintu kyonna kye twagala okusinga Katonda kye kibeera ekifaananyi kyaffe, kyokka bwe tubeera n'okukkiriza naye nga tukyasinza ebifaananyi, bubeera bwenzi obw'omwoyo. Olw'okuba obw'enzi obw'okungulu kibi, Pawulo akozesa eky'okulabirako kino eky'obwenzi obw'okungulu okunnyonnyola obwenzi obw'omwoyo.

Ekyo'okulabirako, abakyala n'abaami balina okwagala abaagalwa baabwe okusinga abalala bonna. Bwe bagala omuntu omulala okusinga abaagalwa baabwe, olwo bubeera bwenzi. Era tetuyinza butagamba nti bwenzi olw'okuba oli amwegombera muli mumutima (Matayo 5:28).

Mu ngeri y'emu, ddala kwali kusinza bifaananyi n'okwagala ennyo bakatonda abalala abaana ba Isiraeri bwe beegatta ku Baala ow'e BaaliPyoli nga balya n'abakazi abamawanga n'okusinza bakatonda baabwe. Katonda yagamba bwali bwenzi. Era ekikolimo n'ekigwa ku bantu 23,000 ne bafa. Mu mwoyo obwenzi kibi kinene nnyo.

Kituufu, n'obwenzi obw'okungulu nakyo kibi. Wadde bwa kungulu oba bwa mwoyo, Pawulo yabakubiriza obutaba benzi kubanga tujja kuviibwako Katonda ng'abantu abo.

Era tetukemanga Mukama waffe, ng'abamu ku bo bwe baakema, emisota egyo ne gibatta. Era temwemulugunyanga, ng'abamu ku bo bwe beemulugunya, ne bazikirizibwa omuzikiriza. (10:9-10)

Mu ddungu yaliyo emisota egy'obusagwa mingi, naye abaana ba Isiraeri tegyabalumanga kubanga Katonda yali abakuuma. Naye Katonda Yabaggyako amaaso abantu bwe beemulugunya ku Musa ne ku Katonda Yennyini. Awo, emisota egy'obusagwa negitandika okubaluma era bangi ku bo baafa.

Abantu ne bakaabirira Musa. Musa n'asaba Katonda era n'akola omusota ogw'ekikomo era n'aguwanika ng'ebiragiro bya Katonda bwe byali. Buli eyatunuulira omusota ogw'okumuti yawona (Okubala essuula 21).

Kino kikwatagana n'okukkiririza mu mirimu gy'omusalaba mu makulu aga leero. Abo abeenenya era ne batunuulira omusalaba n'okukkiriza bajja kufuna obulokozi. Naye abo abatakkiririza mu njiri bawulira naye tebayinza kulokolebwa. Edda mu kiseera ekyo, abo abataatunuulira musoto ogw'okumuti baalina okufa. Baalina okufa kubanga beemulugunya ku Katonda.

Olunyiriri 9 lugamba, "Era tetukemanga Mukama waffe, ng'abamu ku bo bwe baakema, emisota egyo ne gibatta." Katonda tasonyiwa abantu bwe bamwemulugunyaako n'okumukema.

Mu Kubala 14:2-3, tusoma nti, "Abaana ba Isiraeri bonna ne beemulugunyiza Musa ne Alooni, ekibiina kyonna ne babagamba nti, 'Singa twafiira mu nsi y'e Misiri! Oba singa twafiira mu dungu muno!'"

Ku kino, Katonda kye yava agamba abaana ba Isiraeri nti:

"...emirambo gyammwe girigwa mu ddungu muno, n'abo bonna abaabalibwa ku mmwe, ng'omuwendo gwammwe gwonna bwe gwali, abaali baakamaze emyaka abiri n'okukirawo abanneemulugunyiza. Mazima temulituuka mu nsi, gye nnayimusiriza omukono Gwange okubatuuza omwo, wabula Kalebu mutabani wa Yefune, ne Yoswa mutabani wa Nuuni. Naye abaana bammwe abato, be mugambye okuba omunyago, abo ndibayingiza, nabo balimanya ensi gye mugaanyi. Naye mmwe, emirambo gyammwe girigwa mu ddungu muno. N'abaana bammwe banaabanga batambuze mu ddungu okumala emyaka ana, era banaabangako obwenzi bwammwe, okutuusa emirambo gyammwe lwe girizikiririra mu ddungu" (Okubala 14:29-33).

Ennyiriri eziddako 36-37 n'awo wagamba, "N'abantu Musa be yatuma okuketta ensi, abaakomawo ne bamwemulugunyizisa ekibiina kyonna, nga baleeta ebigambo ebibi ku nsi, abantu abo abaaleeta ebigambo ebibi eby'ensi ne bafa kawumpuli mu maaso ga MUKAMA."

Abaana ba Isiraeri tebeemulugunya ku Katonda Yekka nti olwo lwe yasalawo obutabasonyiwa, wabula ne lwe beemulugunya ku ku muddu We Musa. Katonda ye yali ateereddewo abantu Musa, kale okwemulugunya ku Musa kyali nga okwemulugunya ku Katonda Yennyini. Emirundi mingi mu Bayibuli nga batubuulira nti ekintu ng'ekyo kibeera kibi. Kubeera nga kugezesa Katonda, era nga tetulina Kwemulugunyiza Katonda wadde okumukema mu ngeri eyo.

Naye ebyo byababaako abo okubeeranga ebyokulabirako; era byawandiikibwa olw'okutulabulanga ffe abatuukiddwako enkomerero z'emirembe. Kale alowooza ng'ayimiridde yeekuumenga aleme okugwa. (10:11-12)

Ebyo ebyabaawo era ne biwandiikibwako mu Ndagaano Enkadde bisobola okubeera ng'endabirwamu gye tuli gye tusobola okukozesa okweraba bwe tufaanana. Ekyawandiikibwa ekyo waggulu kitegeeza nti tetulina kwemulugunya ku Katonda wadde okumukema. Katonda tasonyiwa muntu ng'oyo.

Katonda takyukakyuka. Kale, n'olwaleero nga bwe kyali edda, abo abaakola ebibi tebaasonyiyibwa mu Ndagaano Enkadde, kyokka si mu Ndagaano Enkadde yokka wabula n'olwaleero. N'olwekyo tetukolanga ekibi ekyo. Yensonga lwaki Pawulo yagamba, "era byawandiikibwa olw'okutulabulanga."

Era wagamba, "Kale alowooza ng'ayimiridde yeekuumenga aleme okugwa." Ne mu Ndagaano Enkadde, abo abaali balowooza nti bayimiridde kyokka ate beebantu abaali beemulugunya, nokukema Katonda mu kwemanya kwabwe. Ebiseera ebisinga abakulembeza beebaleetera abantu okwemulugunya n'okujeemera Katonda. Mu ngeri eno 'abo abeerowooza nti bayimiridde' ddala babeera n'okwemanya.

Eky'amazima, tewali mu ffe ayimiridde. Tutandika n'okubeera n'okukkiriza okw'amaanyi bwe tukkiriza Yesu Kristo, bwe tutuuka ku ddala ery'ekikulu mu kukkiriza, kibeera nga abatikiddwa mu ttendekero. Oluvannyuma lw'okutikkirwa, tugenda mu bantu ne tuteeka munkola bye tuyize.

Mu ngeri y'emu, tusobola okugamba nti tumanyi okwagala kwa Katonda n'ebitabo 66 ebya Bayibuli nga tumaze kubeera n'ekigera eky'okukkiriza ekijjuvu. Olwo nno, tusobola okuteeka mu nkola Ekigambo mu Bayibuli mu nsi muno. Mu ngeri tujja kugoberera okwagala kwa Katonda era tubeerewo olw'okumuweesa ekitiibwa.

Bwe tutuuka ku ddaala lino era nga tweyongedde okumanya amazima, tujja kwekakkanya era ufuuke abawombeefu. Kubanga nti kye tumanyi bussammambiro. N'olwekyo, tulina okwekuumanga n'amazima ekiseera ekyonna, nga tetwerowoozaako ng'abayimiridde, tulyoke tubeera n'omutima ng'ogwa Mukama.

Katonda Ateekawo Obuddukiro Ew'okuwonera

Siwali kukema okubakwata okutali kwa bantu, naye Katonda mwesigwa ataabaganyenga okukemebwa okusinga bwe muyinza, naye awamu n'okukemebwa era anassangawo n'obuddukiro, mulyoke muyinzenga okugumiikiriza. (10:13)

Abakkiriza tebalina nsonga yonna ebaleetera kukemebwa n'okwesittala. Katonda mulungi, era tatuwa bigezo kutukaluubiriza. Atuganya okuyita mu bigezo ebyo byokka bye tuyinza. Eriyo ebigezo bya mirundi ebiri. Ekisooka, kye kigezo ekireetebwa setaani kubanga tetutambulidde mu Kigambo kya Katonda oba kubanga tulina okweyagaliza. Kino ekigezo tekiva eri Katonda, era tekirina wekimukwatirako. Mu mbeera eno, tulina kwenenya bwenenya ne tukyuka okuva mu kibi ekyo ekyaleeseewo embeera eyo.

Eky'okubiri, kye kigezo ekiva eri Katonda. Kino kya njawulo kw'ekyo ekireetebwa Setaani eri abo abali mu kibi.

Ekigezo ekiva eri Katonda kijja olw'okuwa omukisa. Emikisa gituweebwa bwe tuyita ebigezo ebyo. Kiringa bwe batuwa ekifo ku ssomero erimu nga tumaze kuyita ebibuuzo ebituyingizaayo. Ekigezo ekyaweebwa Ibulayimu okuwaayo omwana we omu yekka Isaaka. Ibrayimu teyeesittala mu kigezo kino wadde okwemulugunya. Katonda yakiganya kubanga Yibrahimu yali ajja kukiyita bulungi nnyo. Era bwe yakiyita n'okukkiriza, Katonda yamuwa omukisa ogwewuunyisa bwe yagamba nti, "...okukuwa omukisa n'akuwanga omukisa, n'okwongera naakwongerangako ezzadde lyo ng'emmunyeenye ez'omu ggulu , ng'omusenyu ogulis ku ttale ly'ennyanja." (Olubereberye 22:17).

Katonda atuganya okuyita mu bigezo kubanga bigendereddwamu okutuwa omukisa n'okuleetera okukkiriza kwaffe okukula. Tukula mu mwoyo, ne tweyongerayo mu mazima, era ne tutuuka ku ddaala erya waggulu ery'okutukuzibwa, mu kwagala, n'okukkiriza okuyita mu bigezo eby'ekikula ekyo. Omwoyo gwaffe bwe gubeera obulungi olw'okuyita ebigezo, Katonda alaga nti Atwagala era n'atuwa omukisa. Eyo yensonga lwaki tulina okwebaza wakati mu bigezo.

Abo abalina okukkiriza okwannamaddala tebajja kwesittala mu bigezo. Katonda yatuwa obusobozi bw'okwawulawo, okwekenneenya, wamu n'omutima bye tusobola okukozesa okuwangula ensi. Ensonga lwaki abantu abamu beesittala kubanga badda emabega olw'okubulwa kwabwe okukkiriza.

Abasajja abo ab'okukkiriza abatya Katonda era ne batambulira mu Kigambo Kye, bajja kujaguza, era basabe, era beebaze mu bigezo. Mu kukola kino, ebigezo bibavaako. Katonda aganya ebintu byonna okukola ku lw'obulungi, era guno gwe mukisa olw'abyo.

Muddukenga Okusinza Ebifaananyi

Kale, baganda bange, muddukenga okusinza ebifaananyi. Mbagamba ng'abalina amagezi; mulowooze kye njogera: (10:14-15)

Tusanga nnyo ekigambo 'baganda bange' emirundi mingi mu Bayibuli. Ekigambo kino kikozesebwa eri abantu abayimiridde mu kukkiriza n'amazima, nga n'olwekyo basobola okufuna ekigambo kino. Wano, kigamba nti "baganda bange, muddukenga okusinza ebifaananyi." Olwo, okusinza ebifaananyi kye ki?

1 Abakkolinso 10:7 woogera ku bantu abaatuula wansi ne balya era ne banywa, era ne bagolokoka okuzannya mu maaso gennyana gye beekolera Musa bwe yali ayambuse ku Lusozi Sinaayi. Olunyiriri 8 lwogera ku bantu abasinza katonda w'abakazi b'e Mowaabu. Olunyiriri 9 ne 10 lwogera ku bantu abaazikirizibwa emisota olw'okwemulugunya n'okukema MUKAMA. Ebintu bino byonna bifaananyi.

Waliwo ensonga lwaki abantu tebeesiga Katonda mu bujjuvu. Lwakuba balina enkuyanja y'ebifaananyi bye beesigamako, gamba nga amagezi ge balina, ebifo mwe bali, etutumu lye baliko, oba ekintu ekirala kyonna kye balina kye basoosa okusooka Katonda. Mu bintu bino kye bava 'bawakanya Katonda'.

Ekyawandiikibwa ekyo waggulu kigamba, "Mbagamba ng'abalina amagezi." Amagezi wano agoogerwako si g'ego amagezi ag'ensi, wabula amagezi agava eri Katonda. Okumanya Katonda n'okutegeera amazima y'ensibuko y'amagezi n'okutegeera. Amagezi agoogerwako mu luyiriri luno gemagezi ago ag'okumanya Ekigambo. Pawulo yagamba yali ayogera n'abo ng'abalina amagezi kubanga bategeera Ekigambo kya Katonda.

Pawulo yagamba, "... mulowooze kye njogera." Yali abagamba baalina okukirowoozaako nga bakozesa amazima kubanga baali bamanyi amazima. Yensonga lwaki teyamala gakigamba buli muntu yenna gwasanze, wabula eri abo bokka abaali bamanyi Ekigambo. Era yensonga lwaki yatandika ebigambo ebyo n'ekigambo 'baganda bange.'

Ekikompe eky'omukisa, kye tusabira omukisa, si kwe kusseekimu omusaayi gwa Kristo? Omugaati gwe tumenyaamenya si kwe kusseekimu omubiri gwa Kristo? Kubanga ffe abangi tuli mugaati gumu, omubiri gumu, kubanga fenna tugabana omugaati gumu. Mulabe Isiraeri ow'omubiri, abalya ssaddaaka tebassa kimu na kyoto? (10:16-18)

Hacedlo todo para la gloria de Dios

Tussakimu n'omubiri wamu n'omusaayi gwa Kristo nga tulya omugaati n'okunywa enviinyo mu kusembera. Lwaki gubeera mukisa okulya omubiri n'okunywa omusaayi gwa Kristo? Lwakuba bituwa obulamu mu ffe era bitutwala eri obulamu obutaggwaawo.

Tulya omugaati gumu mu Kusembera. Kiri bwe kityo lwakuba eriyo Yesu omu. Amazima n'ago gali gamu, era teyinza kubaayo nakirala kyonna okujjako ebitabo bya Bayibuli 66.

Abo abayingiza amazima gano, bajja kubeera n'amazima mu mutima gyabwe, era bajja kubeera n'omutima gwa Yesu. Buli omu asobola okuba obumu n'omutima gumu mu mazima gamu si nsonga wa kikula ki oba wa myaka emmeka. N'olwekyo, ffenna tusobola okufuuka omugaati gumu. Ffenna tuli omubiri gumu n'omutima gumu. Yensonga lwaki woogera nti, "kubanga fenna tugabana omugaati gumu."

Mu lunyiriri 18, wagamba, "Mulabe Isiraeri ow'omubiri, abalya ssaddaaka tebassa kimu na kyoto?" Okwogera ku Isiraeri, eriyo abo abazaalibwa olw'omubiri kyokka abalala abazaalibwa olw'okukkiriza mu mwoyo. Eriyo abantu abazaalibwa olw'ensigo y'ekisuubizo kya Isaaka olw'okukkiriza, so nga eriyo abo abatazaalibwa olw'ensigo eyasuubizibwa wabula olw'omubiri.

'Isiraeri olw'omubiri' kitegeeza abo abalina okukkiriza mu bikolwa eby'okungulu byokka. Mu Ndagaano Enkadde, oli ne bwe yabeeranga n'omutima omubi ennyo ogujjudde obukalabakalaba n'obukyayi, omuntu oyo teyatwalibwa nga mwonoonyi okujjako singa ddala akwatiddwa mu bubbi, obwenzi, oba okutta.

Isiraeri olw'okukkiriza kitegeeza abo abakomola emitima gyabwe okugifuula emirongoofu. Batukuzibwa, era ebikolwa byabwe bya musana n'amazima. So nga eriyo abalala abakwana ensi nga tebeggyaako bibi era nga tebagoberera Kigambo kya Katonda. 'Bagenda bugenzi ku kanisa'. Abantu ng'abo bebayitibwa 'Isiraeri ow'omubiri'.

Ekitundu ekisembayo eky'olunyiriri 18 kigamba, "... abalya ssaddaaka tebassa kimu na kyoto?" Mu Bayibuli, ebibi byawulwamu, ebyo 'ebintu eby'omubiri' ne 'emirimu egy'omubiri'. Ebintu eby'omubiri y'embala ey'ekibi mu mutima so nga emirimu egy'omubiri bye bibi ebiteekeddwa mu nkola. So nga ebibi byonna era biyitibwa 'ssaddaaka eziweebwayo eri ebifaananyi'. Isiraeri ow'omubiri kiyimirirawo okutegeeza abo abakyalya ssaddaaka eziweebwayo eri ebifaananyi kyokka nga bwe beenyigira ne ku kyoto kya Isiraeri. Kwekugamba, leero eriyo abo abajja mu kkanisa so nga batambulira ne mu kibi.

Kale njogera ki? Ekiweebwa eri ekifaananyi nga kintu, oba ekifaananyi nga kintu? Naye njogera ng'ab'amawanga bye bawaayo bawa eri balubaale, so si eri Katonda, nange saagala mmwe kubeeranga abasseekimu ne balubaale. Temuyinza kunywa ku kikompe kya Mukama waffe ne ku kikompe kya balubaale, temuyinza kugabana ku mmeeza ya Mukama waffe ne ku mmeeza ya balubaale. (10:19-21)

Ng'akozesa olulimu olw'ebifaananyi, omutume Pawulo olw'okulung'amizibwa Omwoyo Omutukuvu ayogera ku bintu ebyo ebifuuka ebifaananyi n'ebintu ebiweebwayo eri ebifaananyi.

'Abamawanga' kitegeeza abatali bakkiriza. Bye bawaayo eri balubaale. Era balowooza nti bajjajjaabwe baafuuka balubaale era bavuunamira balubaale ng'abo. Eky'amazima, ddala tebasinza balubaale ba bajjajjaabwe.

Olwo, bajjajjaffe bonna baalaga wa? Abakkiririza mu Yesu Kristo baagenda mu Lusuku lwa Katonda (Lukka 23:43), so nga abaali tebakkiriza baasibibwa mu Magombe aga wansi (Lukka 16:23). N'olwekyo, abantu ne bwe basinza bajjajjaabwe era ne bawaayo n'ebintu ebirungi gye bali, bajjajjaabwe tebasobola kukkiriza kusinza kwabwe. Balubaale beebafuna okusinza kwabwe. Abo abafa nga tebafunye bulokozi bajja kugenda eri Amagombe aga wansi. Abamu ku bo balondebwa okubaako emirimu egy'enjawulo gye bakola wano ku nsi, bwe batyo ne bavaayo nga balubaale.

Okuvuunamira balubaale kwe kusseekimu ne balubaale. Bwe tuvunnamira bazadde baffe abakyali abalamu, kitegeeza tubassaamu ekitiibwa, era ne bakkiriza omutima gwaffe. Kubeera kussakimu kubanga tugabana emitima. Mu ngeri y'emu, okuvuunamira balubaale kwe kusseekimu ne balubaale. N'olwekyo Pawulo agamba tayagala baseekimu ne balubaale.

Olunyiriri 21 lugamba, "Temuyinza kunywa ku kikompe

kya Mukama waffe ne ku kikompe kya balubaale, temuyinza kugabana ku mmeeza ya Mukama waffe ne ku mmeeza ya balubaale."

Omuntu tasobola kugenda mu bifo bya mirundi ebiri mu kiseera kye kimu. Agenda e Kampala oba e Masaka, omuntu alina okulondako wamu. Mu ngeri y'emu, tetuyinza kukwata kkubo lyakuzikirira ne tukwata n'ekkubo ery'obulamu obutaggwaawo mu kiseera kye kimu.

N'olwekyo, ereme okubaayo omuntu ayogera nti, "Nina okukkiriza okunafu nange siyinza kukyebeera. Neenyigira mu kikompe kya Mukama nga nsinza Katonda mu kkanisa, naye era nina n'okuvuunamira ebifaananyi kubanga bazadde bange bankaka." Ekintu ng'ekyo tekirina kutuukawo. Kikakasa nti omuntu ono talina kukkiriza kwonna mu ye.

Engeri abakkiriza gye bayita Katonda 'Kitaffe', tebalina ate mu kiseera kye kimu, okusanyusa Setaani nga b'onoona, nga bakwana ensi, n'okutambulira mu bujeemu. Balina okulondawo kimu: okutambulira mu mazima oba mu bibi. Pawulo era annyonyola kino ng'ageraageranya ekikompe ky'abalubaale, n'emmeeza y'abalubaale, ng'akozesa eby'okulabirako mu bulamu bwaffe.

Oba Mukama waffe tumukwasa obuggya? Ffe tumusinga amaanyi? (10:22)

Waliyo omuntu asinga Mukama waffe amaanyi? Abo abamala g'emulugunya ku Katonda abagamba nti bagala kuva ne mukkanisa oba abo abagezesa ekkanisa b'ebo abeeyisa ng'abasinga Mukama amaanyi. Ddala tuyinza okweteeka ku Mukama nti tumusinga amaanyi ne tumukwasa obuggya?

Tetuyinza kugamba nti tusinga Mukama amaanyi bwe tuba nga ddala tukkiririza mu Mukama oyo omulamu era akola. Okwemanya kwaffe n'eryanyi bijja kuzikirizibwa byonna biggwewo, era tulyoke tugambe nti, "ndi w'amaanyi okuyita mw'oyo Mukama ampa amaanyi. Siriiko kye nnyinza kukola awatali Mukama." Tujja kufanga bulijjo nga Pawulo bwe yakolanga.

Tujja kubeera abafukamira wansi mu maaso ga Mukama era tumukkiririzeemu mu bujjuvu era tujja kumwagala, tuweereze ab'oluganda mu kukkiriza era tutambulire mu mirembe n'abo okusinziira ku Kigambo kya Katonda. Tetujja kukwana nsi, okutambulira mu kibi oba mu butali butuukirivu ebyo Katonda byakyawa era tujja kweggyako buli kika kya bubi. Kwekugamba tetujja kwenyigira mu kusinza ebifaananyi, n'okulya ebintu ebiweereddwayo eri ebifaananyi, oba okusseekimu ne balubaale.

Setaani yaleetera abantu okwonoona. Naye bwe tulya ebintu ebiweereddwayo eri ebifaananyi, okugeza bwe twonoona era ne tutambulira mu gatali mazima, kitegeeza nti tussakimu ne Setaani nga tubigondera. Abantu abakola kino tebatya Katonda. Omuntu ow'ekika kino abeera talina ntiisa ya Katonda mu ye. Wabula badda mu kumukema oba okumwemulugunyaako. Yensonga lwaki waliwo ebigambo ebikozesebwa nti abo 'basinga Mukama amaanyi'.

Amakulu Ag'okungulu Ag'okusinza Ebifaananyi

> Byonna birungi, naye ebisaana si byonna. Byonna birungi naye ebizimba si byonna. (10:23)

Katonda abantu teyabatonda nga bamalayika, nti balina okugondera buli kimu mu mbeera yonna. Katonda yawa omuntu eddembe ery'okwesalirawo nga bwayagala. Era bwatyo Katonda n'abagamba nti tebalirema kufa bwe balirya ku muti ogw'okumanya obulungi n'obubi, so nga bajja kusobola okubeera ne Katonda olubeerera bwe batalirya ku muti ogw'okumanya obulungi n'obubi.

Ebintu byonna bisoboka, kubanga tusobola okukola kino oba kiri. Naye kyonna kye tusalawo okukola kibeera ky'amagoba gye tuli singa tubeera tugoberedde okwagala kwa Katonda. Bwe tutatambulira mu mazima, kitegeeza tukutte ekkubo ery'okuzikirira.

Era, wadde tusobola okukola ebintu byonna, si byonna nti bizimba. Eky'okulabirako, tetuyinza kusinza Katonda mu lwatu, ne tuseka n'okwebaza mu kukungubaga olw'okuba tulina okukkiriza. Tulina okubudaabuda ab'amaka agafiiriddwa omuntu waabwe okusinziira ku mbeera nga bweri.

Omuntu bw'afa ng'ava mu maka g'abakkiriza, tekirina buzibu okuyimba ennyimba ez'esuubi nti afudde muli baakumulaba nate mu bwakabaka obw'omu Ggulu. Naye bwe mubaamu atali mukkiriza mu maka omwo nga takyagala, tulina okumulowoozaako naye. Kino kye kimu ku by'okulabirako ebingi; mu birala byonna, ebintu byonna birungi, naye si byonna nti bizimba.

Omuntu yenna tanoonyanga bibye yekka, wabula ebya munne. Buli kye batundanga mu katale, mukiryanga nga temubuuzizza kigambo olw'omwoyo. Kubanga ensi ya Mukama waffe, n'okujjula kwayo. Omu ku abo abatakkiriza bw'abayitanga, nammwe bwe mwagalanga okugenda, ekiteekebwanga mu maaso gammwe mukiryanga, nga temubuuzizza kigambo olw'omwoyo. (10:24-27)

Mu ssuula ey'okwagala okw'omwoyo, 1 Abakkolinso 13, wagamba, "Okwagala tekunoonya byakwo." Kuno kwagala okw'omwoyo. Naye okwagala okw'ensi kwenoonyeza byakwo, kwe kwagala okw'omubiri.

Tusobola okubeera n'okwagala okuva eri Katonda, okw'omwoyo singa tumenyaamenya okwemanya kwaffe era nga tuli beetegefu okwewaayo ku lw'abalala. Bulijjo tujja kusanyukanga bwe twegyako okwagala okw'omubiri ne tubeera n'okwagala okw'omwoyo. Pawulo agamba nti tetulina kwenoonyeza byaffe ffekka, wabula ebya banaffe era nga kino kisoboka na kwagala okw'ekika kino.

Wagamba, "Buli kye batundanga mu katale, mukiryanga nga temubuuzizza kigambo olw'omwoyo." Mu kyawandiikibwa kino, Pawulo abeera ayogera ku bintu ebiweereddwayo eri ebifaananyi. Kikwatagana n'olunyiriri olwa 23 olugamba nti, "Byonna birungi."

Bwe tugula ekintu mu katale, tusobola okubuuza atunda nti "Osinza ebifaananyi?" era bwatugamba nti ye, olwo nga tumuvaako? Nedda, tetusobola kukola ekyo. Era, bwe tubaako kye tutunda, tetusobola kubuuza akigula nti oba asinza ebifaananyi olwo tulyoke tusalewo oba tukibaguza oba nedda. Tetuyinza kukola kintu ng'ekyo. Tetulina nsonga yonna ebatubuuzisa oba edala basinza ebifaananyi oba nedda. Tusobola okutunda oba okugula nga tetubuuzizza bibuuzo.

Mu ngeri y'emu, bwe tulya ekintu, tetulina kubuuza, "Kino kyaweereddwayo eri ebifaananyi?" Ebintu byonna mu nsi bya Katonda. Kyekyo lwaki tusobola okulya awatali kubuuza.

Oba, katugambe omuntu atali mukkiriza bwatuyita ku kijjulo. Awo, Pawulo atugamba tetulina kumubuuza oba emmere yaweereddwayo eri ebifaananyi oba nedda. Tusobola okugira n'okukkiriza kubanga ebintu byonna bya Katonda era n'emmeere eyo etuweebwa Katonda. Naye ng'ate eriyo ebintu bye tutalina kulya, era bino binyonyoddwa mu lunyiriri oluddako.

Naye omuntu bw'abagambanga nti, "Kino kyaweebwa okubeera ssaddaaka, temukiryanga ku lw'oyo abuulidde, n'olw'omwoyo, bwe njogera omwoyo, si gugwo ggwe naye gwa mulala, kubanga eddembe lyange lwaki okusalirwa omusango n'omwoyo gw'omulala? Nze bwe ndya n'okwebaza, kiki ekinvumya olw'ekyo kye nneebaza? (10:28-30)

Oyo atali mukkiriza ayinza okulowooza nti, 'n'awulira nti abakkiriza tebalina kulya bintu biweereddwayo eri ebifaananyi, era engeri omuntu ono gyali omukkiriza, sirina kumuwa mmere eno kubanga yaweereddwayo eri ebifaananyi.' Era bwakigamba omukkiriza nti emmere yaweereddwayo eri ebifaananyi, omukkiriza talina kugirya. Kituufu yaweereddwa Katonda, naye yaweereddwayo eri balubaale. Tetulina kugirya nga tukimanyi nti yaweereddwayo eri ebifaananyi.

Bwe tugirya, atali mukkiriza oyo ayinza okutukolokota ng'alowooza nti tetuli bakkiriza abeewaddeyo. Tusalirwa omusango olw'omwoyo gwe era kino kiswaza Katonda.

Abatali bakkiriza bwe batugamba nti yaweereddwayo eri ebifaananyi, alowooza muli nti tetulina kugirya. N'olwekyo, tetulina kugirya olw'omuntu oyo. Era, kyeraga lwatu nti tetulina kugirya kubanga kati tukimanyidde ddala nti yaweereddwayo eri ebifaananyi.

Bwe tugenda mu maaso n'okugirya nga wadde tumaze okutegeera nti yaweereddwayo eri ebifaananyi, olwo omwoyo gw'oyo eyatulabudde gunaatusalira omusango.

Tulina okukkiriza ne ddembe okulya, naye tetulina kukozesa ddembe lyaffe okutuuka ku ssa ng'abalala banaatusalira omusango, kubanga tulina okunoonya eby'abalala so so ebyaffe.

Matayo 5:39-41 wagamba, "Naye nange mbagamba nti, temuziyizanga mabi, naye omuntu bw'akukubanga oluba olwa ddyo, omukyukizanga n'olwa kkono, omuntu bw'ayagalanga okuwoza naawe okutwala ekkanzu yo, omulekeranga n'ekizibawo kyo. Omuntu bw'akuwalirizanga okutambula naye mairo emu, tambula naye n'ey'okubiri." Omuntu ne bwe tubeera tetumwagala n'atukaka okugenda naye mailo emu, tulina okutambula naye n'ey'okubiri mu kwagala.

Tuba twagala okukwata ku mutima gwe tusobole okulokola omuntu oyo. Mu makula gegamu, tetulina kulya mmere eyo omuntu bwatugamba nti yaweereddwayo eri ebifaananyi.

'Okulya n'okwebaza' kitegeeza 'okutambulira mu mazima nga tugoberera omwoyo gwaffe.' Naye omuntu bwatubuulira nti emmere eyo yaweereddwayo eri ebifaananyi, kyokka bwe tugenda mu maaso n'okugirya nga tugamba nti, 'Tekirina buzibu' olw'okuba ffe tulina okukkiriza, olwo nno ayinza okutukolokota ng'agamba tetukuuma mateeka ga Katonda.

N'olwekyo, mu mbeera ng'eyo, tetulina kulya olw'abo abalina okukkiriza okutono oba abatalina kukkiriza wadde. Tekiba kirungi ffe okulya n'okwebaza, naye nga tugenda kuleetera abalala okutukolokota.

Kola buli kintu Ku Lw'okuweesa Katonda Ekitiibwa

> Kale, oba nga mulya, oba nga munywa, oba nga mukola ekigambo kyonna kyonna, mukolenga byonna olw'ekitiibwa kya Katonda. (10:31)

Katugambe tuli mu mbeera ng'abazadde baffe bagala tuvuunamire ebifaananyi. Mu mbeera eno tetulina kuvuunama nga tugamba muli nti tetwagala kuwuliza bubi bazadde baffe. Kye tulina okukola tulina okwogera n'abo nga byonna tebinnabaawo oleme okuvuunama ng'ekiseera kituuse.

Watya ng'abawaka bonna balya ekijjulo eky'emmere eweereddwayo eri ebifaananyi. Mu mbeera ng'eno, bwe tugamba, "Saagala kulya kintu kyonna kiweereddwayo eri ebifaananyi. Mumpe ekintu ekirala!" Olwo nno, abazadde baffe bajja kunyiiga. Olw'okuba kino kijja kumalawo emirembe awaka, kijja kubeera kizibu okubabuulira enjiri.

N'olwekyo, osobola okulya ebintu ebiweereddwayo eri ebifaananyi olw'okwagala okubuulira enjiri eri abantu baffe, kubanga emmere eyo y'emu etuweebwa Katonda. N'olwekyo, oba tulya, oba tunywa, buli kyonna kye tukola, tukikolenga olw'ekitiibwa kya Katonda, nga tetwenoonyeza byaffe.

Temuleetanga eky'esittaza eri Abayudaaya, newakubadde eri Abayonaani, newakubadde eri ekkanisa ya Katonda; era nga nange bwe nsanyusa bonna mu byonna, nga sinoonya magoba gange nze, wabula aga bangi, balyoke balokoke. (10:32-33)

Wano 'Abayudaaya' kitegeeza abakkiriza, so nga 'Abayonaani' kitegeeza abatali bakkiriza. Omutume Pawulo teyeenoonyezanga bibye. Yagamba nti akola byonna, nti era taalye nnyama, bw'aba talina kugirya olw'abantu abalala. Teyabeerawo ku bubwe ye. Yali mukomole, kyokka n'abeera ng'atali mukomole ku lw'abo abataali bakomole.

Ekigendererwa kya buli kintu kyonna kye yakola kwali kulokola myoyo n'okuweesa Katonda ekitiibwa. Naffe tetulina kwenoonyeza byaffe oba amagoba gaffe, wabula buli kintu kyonna ku lw'ekitiibwa kya Katonda n'olw'okulokola emyoyo.

Essuula 11

EBIKWATA KU NKOLA EY'OMWOYO

Mungobererenga Nze

Enkola Ey'omwoyo Engeri Gyetambulamu

Abakazi Tebabikka Mitwe Gyabwe

Ensonga lwaki Empaka n'Obutakkaanya bibalukawo

Amakulu Amatuufu Agali mu Kusembera

Mungobererenga Nze

Mungobererenga nze, nga nange bwe ngoberera Kristo. Mbatendereza kubanga munjijukira mu byonna, era munyweza bye mwaweebwa nga bwe nnabibawa. (11:1-2)

Nga Yesu Kristo bwe yagondera Katonda okutuuka okufa, omutume Pawulo naye yagondera Mukama okutuuka okufa kwe. Omutima gwe gwonna, ebikolwa bye byonna, n'okwagala kwe byali mu mazima nga bifaanana ng'ebya Yesu Kristo.

Mu Yokaana 14:15, Yesu yagamba, "Oba nga munjagala, munaakwatanga ebiragiro byange." Pawulo naye yayogeza bumalirivu ng'agamba, "Mungobererenga nze," kubanga yali afaanana Yesu Kristo. Kubanga ebigambo bya Pawulo n'ebikolwa bye byali mu mazima, ng'okumufaanana kubeera nga kufaanana Mukama ne Katonda.

Naye si buli basumba nti basobola okugamba ba memba b'ekkanisa yaabwe nti, "Mungobererenga nze," olw'okuba n'omutume Pawulo yakyogera. Omuntu bwagamba abalala bamugoberere, naye nga talina mbala ya Katonda era nga tagondera Katonda mu bujjuvu, olwo kitegeeza abeera yeemanyi.

Naye omuntu bwabeera n'omutima gwa Mukama mu bujjuvu era ng'atambulira mu kwagala kwa Katonda mu bujjuvu ng'omutume Pawulo, olwo nno asobola okusomesa abalala ng'ekyokulabirako abalala basobole okumulabirako n'okumugoberera.

Omutume Pawulo yakolanga kimu kya kuweesa Katonda ekitiibwa mu buli kimu, oba mu kulya oba kunywa oba mu buli kyonna kye yakolanga. Obulamu bwe teyabutwalanga nga kintu bwe kyatuukanga ku kya Yesu Kristo. Yajaguzanga n'okwebaza ne bwe yakubibwanga n'okuyigganyizibwa. Yagobereranga okwagala kwa Katonda, wadde kyali kitegeeza kubonaabona na kuyigganyizibwa, n'okufa ne bwe kwalinga kumulindiridde.

Yasobola okukwata ekkubo lye yasalawo n'essanyu kubanga yalina essuubi mu bwakabaka obw'omu Ggulu. Naffe bwe tubeera n'okukkiriza, tulina okutwala eky'okulabirako ky'omutume Pawulo; omutima gwe, embala ye, n'ebikolwa bye.

Olunyiriri 2 lugamba, "munjijukira mu byonna." Ba memba b'ekkanisa y'e Kkolinso biki bye bajjukiranga ku Pawulo?

Bwe yalinga ku lugendo lwe olw'obuminsane, omutume Pawulo yatandikanga ekkanisa, n'abuulira okuzuukira kwa Mukama n'ekkubo ery'omusalaba. Era yatuusanga ne ku

Acerca del orden espiritual

bantu enjiri okuyita mu bbaluwa ze. Be memba b'ekkanisa z'e Kkolinso baatwalanga ekigambo kye ng'ekigambo kya Katonda era baakikuumanga.

Bonna baalabanga engeri Pawulo gye yasabangamu n'okusomesa. Bajjukiranga amazima ge yabuuliranga era ne bagekuuma.

Ekintu kyokka omutume Pawulo kye yabuuliranga yali njiri ya Yesu Kristo. Yabuuliranga kwagala kwa Katonda kwokka wamu n'amateeka Ge. Byonna yabibuuliranga ba memba b'ekkanisa y'e Kkolinso emirundi mingi era ng'ababuulira ku kwagala kwa Katonda ku lwaffe nti kwe kusanyukanga, okwebazanga, okusabanga, okubeera n'emirembe, okweggyako obutali butuukirivu n'okugoberera obulungi. Mu kwogera kino, Pawulo yali asiima abakkiriza b'ekkanisa y'e Kkolinso kubanga baali bakuumye okusomesa kwe kuno

Enkola Ey'omwoyo Engeri Gyetambulamu

Naye njagala mmwe okumanya ng'omutwe gwa buli musajja ye Kristo, n'omutwe gwa buli mukazi ye musajja, n'omutwe gwa Kristo ye Katonda. Buli musajja bw'asaba oba bw'abuulira, omutwe gwe nga gubikkiddwako, aswaza omutwe gwe. naye buli mukazi bw'asaba oba bwabuulira, omutwe gwe nga tegubikiddwako, aswaza omutwe gwe, kubanga bwe bumu ddala ng'amwereddwa. Kubanga oba ng'omukazi tabikkibwako era asalibwenga enviiri, naye oba nga kya nsonyi omukazi okusalibwanga enviiri oba okumwebwanga abikkibwengako. Kubanga omusajja tekimugwanira kubikkibwanga ku mutwe, kubanga oyo kye kifaananyi n'ekitiibwa kya Katonda, naye omukazi kye kitiibwa ky'omusajja. (11:3-7)

Pawulo yasiima abakkiriza mu Kkolinso olw'okukuumanga bye yasomesa, kyokka yalina okubabuulira ku nkola ey'omwoyo engeri gyetambulamu kubanga yo baali tebagikuumye.

Omutwe gwa buli mukazi ye musajja, era omutwe gwa buli musajja ye Kristo, N'omutwe gwa Kristo ye Katonda. Ekitegeeza, Asooka ye Katonda; ow'okubiri Kristo; ow'okusatu musajja,n'ow'okuna ye mukazi. Eno y'enkola Katonda gyali mu kwogerako.

Naye si kyangu okutegeera olunyiriri olwo, bwe tulutunuulira n'amakulu ag'okungulu: "Buli musajja bw'asaba oba bw'abuulira, omutwe gwe nga gubikkiddwako, aswaza omutwe gwe. Naye buli mukazi bw'asaba oba bwabuulira, omutwe gwe nga tegubikiddwako, aswaza omutwe gwe, kubanga bwe bumu ddala ng'amwereddwa."

Olwo, abakazi balina okwesiba ekintu ku mutwe okusinziira ku lunyiriri luno? Kituufu mu Bakatoliki abakazi baliko ekintu kye bassa ku mutwe mu kusaba. Kino kiri bwe kityo lwakuba bagoberera amakulu ag'okungulu ag'olunyiriri luno. Naye nga tulina okutegeera amakulu ag'omwoyo era tugagoberere.

Lwaki Abasajja tebalina kusiba kintu kyonna ku Mitwe gyabwe?

Ekyawandiikibwa waggulu awo kigamba nti, "Omutwe gwa buli musajja ye Kristo, n'omutwe gwa buli mukazi ye musajja, n'omutwe gwa Kristo ye Katonda."

'Omutwe' wano kirina amakulu agawera. Mugo bwe muli akaboonero akalaga 'okusoooka/akulembedde', 'okusembayo oba ekifo ekiri waggulu oba ekiri okumpi n'entiko', ne 'ekifo ekiraga obukulu'. Okugamba nti omusajja gwe mutwe gw'omukazi kitegeeza nti abasajja be bakulu ba, balina ekifo ekya waggulu okusinga, era be balina obuyinza ku bakazi.

Mu maka, omukyala alina okugondera bba mu mazima basobole okubeera n'amaka ag'emirembe. Mu bitongole, tugondera abakulembeza baffe. Naye ekyo tekirina kumeza muntu malala olw'okuba mukulu oba alina ekifo ekya waggulu okusinga ku mulala. Gye tukoma okubeera mu kifo ekyawaggulu, gye tulina okukoma n'okwetowaaza saako okuweereza abalala.

Olwo lwaki, kubeera kuswaza Kristo, omusajja bwe 'yeebikka' omutwe?

Olunyiriri 7 lugamba, Omusajja kye kifaananyi n'ekitiibwa kya Katonda. Katonda yatonda abantu. Yatonda omusajja era n'akola omukazi. Ku nsi kuno, omusajja alina okubeera mu kifo ky'ekifaananyi kya Kristo. Mu mwoyo, omutwe ye Katonda ne Kristo, naye ku by'okungulu, Katonda yateekawo abasajja okubeera mu kifo kye Kristo wano ku nsi.

Okubikka ku mutwe gw'omuntu kitegeeza alinako ekkomo oba aliko ekimusiba. N'olwekyo, tekiba kituufu musajja, oyo ali mu kifo kya Kristo, okusibibwa ekintu kyonna. Kitegeeza Yesu Kristo tasobola kusibibwa muntu yenna. N'olwekyo, omusajja bwabikka ku mutwe gwe, kiswaza Kristo.

Makulu ki Ag'omwoyo agali mu Bakazi Okubikka ku mitwe gyabwe?

Olunyiriri 5 lugamba, "Naye buli mukazi bw'asaba oba bwabuulira, omutwe gwe nga tegubikiddwako, aswaza omutwe gwe, kubanga bwe bumu ddala ng'amwereddwa."

Abakyala bwe babikka ku mitwe gyabwe, kibaawo okulaga nti balina mukama waabwe wano ku nsi. Kabonero akalaga obuwoombeefu n'okwetoowaza.

Ani mukama w'omukazi? Be basajja. N'olwekyo, abakyala bwe bateebikka ku mitwe, kitegeeza tebagala kukugirwa basajja era bagala kufuuka abakulembeza era abakulu bo bennyini nga teri ali waggulu waabwe. Kuno kwemanya kubanga babeera tebagondera Kigambo kya Katonda era kibeera kiswaza abasajja nga bebakulu.

Abakyala balina 'okubikka ku mitwe gyabwe' okulaga nti bonna bajja kugonda era baweereze. Bwe batabikka ku mitwe gyabwe kibeera kiswaza nga gyoli bamwedde emitwe gyabwe. Naye totandika kulowooza ku kwambala nkofiira ku mutwe mu kusaba. Tulina okutegeera amakulu ag'omwoyo agali mu bigambo bino.

Kubanga omusajja teyava mu mukazi, wabula omukazi ye yava mu musajja, era kubanga omusajja teyatondebwa lwa mukazi, wabula omukazi olw'omusajja. Kye kiva kigwanira omukazi okubangako akabonero ak'okufugibwa ku mutwe gwe olwa bamalayika. (11:8-10)

Olubereberye essuula 2 wannyonnyola lwaki Katonda yatonda omukazi era n'engeri omukazi gye yava mu musajja.

Yakolebwa ng'omuyambi amusaanira, nga yagibwa mu lubirizi lwa Adamu. Eyo yensonga lwaki omukazi kye kitiibwa ky'omusajja. Ekyawandiikibwa ekyo waggulu kinnyonnyola lwaki omukazi alina okugondera omusajja. Kiri bwe kityo lwakuba omukazi yakolebwa olw'omusajja.

Olwo, kitegeeza ki nti "Kye kiva kigwanira omukazi okubangako akabonero ak'okufugibwa ku mutwe gwe olwa bamalayika"?

'Okubangako akabonero ak'okufugibwa ku mutwe gwe' kitegeeza abakazi balina okubikka omutwe gwabwe. Bamalayika myoyo Katonda gye yatonda. Wano owe kyogera nti 'olwa bamalayika' kitegeeza nti tulina okuwa ekitiibwa enkola ey'ensi ey'omwoyo.

Abaebbulaniya 1:14 wagamba, "Bonna si gy'emyoyo egiweereza, nga gitumibwa okuweereza olw'abo abagenda okusikira obulokozi?" Gano ge mateeka n'enkola okutambulira ensi ey'omwoyo. Katonda n'obuyinza Bwe yasindika bamalayika Be okuweereza n'okukuuma abakkiriza.

Eriyo bamalayika abatuweereza ku nsi kuno era nga bwe kiri mu Matayo 18:10, eriyo bamalayika mu Ggulu abawandiika buli kimu ekitukwatako. Ekitabo ky'Okubikkulirwa nakyo kyogera ku bamalayika abatwala essaala zaffe waggulu mu Ggulu (Okubikkulirwa 8:3). Bamalayika bagondera amateeka n'enkola eby'ensi ey'omwoyo okusinziira ku mirimu gyabwe.

Katonda yasooka kutonda bamalayika nga tannatonda bantu. N'olwekyo, bamalayika baalaba Katonda ng'akola omukazi okuva mu mbirizi za Adamu, nti era omukazi yakolebwa olw'omusajja. N'olwekyo, omukazi alina kuweereza n'okugondera omusajja, era bwatakikola, olwo malayika we ayinza atya okumuweereza?

Katugamba omuntu akola ng'omukuumi w'ekitongole nga mutabani we ye mukulu waakyo. Ayinza okuyita mutabani we 'mutabani' nga bali waka, naye bwe babeera mu kitongole, alina okumuwa ekitiibwa ekimusaana ng'omukulu w'ekitongole kyakolera. Kwekugamba, wano ekitiibwa ky'awaka tekijja kukolera mu kitongole.

Mu ngeri y'emu abakazi balina okugondera abasajja nga bakama baabwe, era nga engeri ey'okulaga nti bali wansi w'obuyinza obumu, balina 'okubikka mu mitwe'.

Era naye omukazi tabeerawo awatali musajja, era omusajja tabeerawo awatali mukazi, mu Mukama waffe. kuba omukazi nga bwe yava mu musajja, era n'omusajja bwatyo azaalibwa omukazi, naye byonna biva eri Katonda. (11:11-12)

Okuviira ddala ku musajja eyasookera ddala Adamu, omukazi tabeerawo awatali musajja, era n'omusajja tabeerawo awatali mukazi. Katonda yatonda Adamu ne Kaawa, era n'abawa enkwaso n'amagi okusobola okuzaalanga. N'olwekyo, buli kintu kyonna kiva eri Katonda.

Kino kitegeeza omusajja n'omukazi benkanankana mu maaso ga Mukama. Mu mateeka ag'omwoyo n'enkola, omukazi alina okugondera omusajja. Era okugonda mu nkola eno kitegeeza nti buli omu alina okuwumuzza munne na buli omu okwagala munne. Tekitegeeza nti omusajja alina kulagira, kuccunga, oba okutulugunya omukazi.

Omukazi ava mu musajja era n'omusajja naye azaalibwa mukazi. Kwe kugamba, bombi benkanankana, so nga omukazi alina okugondera omusajja mu Mukama, era balina okwagalana babeere kimu nga bamanyi okwagala kwa Katonda.

Abakazi Tebabikka Mitwe Gyabwe

Musale omusango nammwe mwekka, kisaana omukazi asabenga Katonda nga tabikkiddwako? Obuzaaliranwa bwokka tebubayigiriza nga omusajja bw'akuza enviiri zimuswaza? Naye omukazi bw'akuza enviiri, kye kitiibwa gyali, kubanga yaweebwa enviiri ze mu kifo ky'ekyambalo. (11:13-15)

Mu makulu ag'okungulu, omukazi alina okubikka ku mutwe gwe ng'akabonero akalaga nti ali wansi wa musajja, era nga si kituufu okusaba nga teyeebisse ku mutwe. Ku ludda olumu, omusajja bwabeera n'enviiri empanvu, muli kimuswaza olw'obuzaaliranwa. Aswala kubanga abeera yeeyisa nga mukazi.

Era bwe kiba ne ku mukazi. Bwe bambala nga abasajja era ne beeyisa ng'abasajja, balina okubeera nga baswala muli. Omusajja kye kifaananyi era ekitiibwa kya Katonda ku nsi, kale talina kukugirwa. N'olwekyo, bw'aba n'enviiri empanvu, kubeera kuswaza Katonda.

Era, omusajja amanyi Katonda era ng'amanyi n'amateeka ag'ensi ey'omwoyo bwabuusa amaaso enkola eno engeri gyetambula, alina okuswala. Kitegeeza nti yeemanyi bwajeemera enkola y'ebintu.

Olunyiriri 15 lugamba, "... Naye omukazi bw'akuza enviiri, kye kitiibwa gyali, kubanga yaweebwa enviiri ze mu kifo ky'ekyambalo." Kitegeeza abakazi tebalina kwebikka ku mutwe mu makulu ag'omwoyo. Olwo lwaki mu makulu ag'omwoyo tebalina kwebikka ku mutwe?

Bw'okivunula mu makulu ag'omwoyo, abakazi balina okwambala enkofiira mu kifo ky'enviiri empanvu. Naye mu makulu ag'omwoyo, tebalina kugyambala kubanga Omwoyo Omutukuvu yatukulembera eri amazima. Kwekugamba, Omwoyo Omutukuvu atulung'amya era n'akwata ku mitima gyaffe okubeera nga tukuuma enkola entuufu ey'ebintu. Atusomesa okukola ebintu by'abasajja nga abasajja n'ebintu by'abakazi ng'abakazi.

Bwe bayiga amazima nga bayambibwako Omwoyo Omutukuvu, abakyala bayiga obuvunaanyizibwa bw'abakyala. Kwekugamba, bajja kugoberera enkola y'ebintu olw'okulung'amizibwa Omwoyo Omutukuvu ne bwe babeera tebeebise ku mitwe.

Kale tekitegeeza mu makulu ag'okungulu nti abakazi balina okubeera n'enviira empanvu. Mu makulu ag'okungulu, balina okulabika nga bayonjo bulungi.

Abakkolosaayi 3:18 wagamba, "Abakazi, muwulirenga babbammwe, nga bwe kiri ekirungi mu Mukama waffe." Kitegeeza nti balina okugondera babbaabwe mu Mukama, si wabweru wa Mukama. Kitegeeza ki kino nti 'mu Mukama'?

Omwami bwagaana mukyala we okugenda kukanisa ku lunaku olwa Sande oba n'amugamba okwonoona, talina kumuwuliriza. Kubanga kino kibeera bweru wa Mukama. Balina kusooka kukuuma Kigambo kya Mukama nga yasinga mu buyinza okusinga abaami baabwe.

Naye omwami bwagamba omukyala obutagenda mu kusaba okw'olw'okutaano mu kiro, asobola okugondera omwami we. Olw'okutaano lwawukana ku Sande. Katonda yatulagira okukuumanga olunaku olwa Sande, naye teyatulagira kusabanga ku lw'okutaano ekiro. Kituufu kisanyusa Katonda era kwe kwagala Kwe okugenda mu kusaba kw'olw'okutaano ekiro, naye omukyala alina okuwulira bba singa akimugaana. Alina okussa ekimu ne bba mu ng'amuweereza n'amagezi. Kuno kwe kugonda mu Mukama.

Era, omwami talina kulagira mukyala we okumugondera. Abakkolosaayi 3:19 wagamba, "Abasajja, mwagalenga bakazi bammwe, so temubakwatirwanga bukambwe." Abaami balina okwagala bakyala baabwe nga bwe bagala emibiri gyabwe. Okwagala kubeera kwewaayo ggwe n'okunoonya ebya munno. Tayinza kutuluguya mukyala we.

Ensonga lwaki Empaka n'Obutakkaanya bibalukawo

> Naye omuntu yenna bw'aba ayagala okuleeta empaka, ffe tetulina mpisa ng'eyo, newakubadde ekkanisa za Katonda. (11:16)

Mu kkanisa, mulina kubeeramu mirembe gyokka, ebintu nga bitambuzibwa bulungi, n'obugonvu. Temulina kubeera mpaka oba nnyombo ku ani mutuufu ani mukyamu mu kkanisa. Ebintu ng'ebyo ebirimu okusikang'ana omuguwa birina kubeera mu nsi, so si mu kkanisa.

Mu Ndagaano Enkadde tewaali ngeri ndala yonna wabula okugondera ebiragiro bya Katonda. Katonda mulungi, mutuukirivu, era mulongoofu. Engeri Katonda gyatalina bubi bwonna mu Ye, Ayagala kutuwa bintu birungi byokka, teri ngeri ndala yonna ku lwaffe wabula okumukkiriza n'okumugondera. Kuno kwe kwagala kwa Katonda, nti buli omu agondere munne mu mazima. Naye abakkiriza bwe bakaayana nga buli omu akalambira nti kyalowooza kye kituufu, emirimu gya Setaani gijja kubalukawo.

Olwo enkaayana zijja zitya mu bakkiriza?

Okusooka, kibaawo lwakuba tebasobola kwekomako. Abaggalatiya 5:17 wagamba, "Kubanga omubiri gwegomba nga guwakana n'omwoyo, N'omwoyo nga guwakana n'omubiri kubanga ebyo byolekanye, mulemenga okukola ebyo bye mwagala."

Abo abalina ebibala omwenda eby'Omwoyo Omutukuvu tebakaayana n'abalala. Tebakikola lwakuba kubanga baafuna dda okujjula kw'okwagala, essanyu, emirembe, okugumiikiriza, n'ebibala ebirala eby'obulungi. Abo abatalina bibala bino eby'Omwoyo Omutukuvu babeera bakyayagala okugoberera okuyaayaana kw'omubiri. Tebasobola kwefuga, era bwe batyo ne bakaayana n'okubaamo obutakwatagana.

Eky'okubiri, enkaayana zijja kubanga abantu tebasobola kweggyako bukyayi. Abaggalatiya 5:24 wagamba, "N'abo aba Kristo Yesu baakomerera omubiri wamu n'okukwatibwa n'okwegomba kwagwo." Katonda atugaana okubeera n'obukyayi. Mu kitabo kya Yobu, tulaba nga mikwano gya Yobu baayombesa n'okunenya Yobu era baalemerako okumala ebbanga nga bakyakalambidde. Katonda kino teyakisanyukira era n'abalagira okwenenya.

Eky'okusatu, abantu bakaayana olw'ebirowoozo eby'enjawulo ebikontana n'ebyabwe. Ekintu bwe kibeera tekikkiriziganya na birowoozo byabwe, balina okugonda okusinziira ku kiragiro. Mu luzungu balina enjogera egamba nti, "Abafumbi abangi b'onoona enva," tetulina kukalambira ku ndowooza zaffe olw'okuba eriyo ebirowoozo ebikontana nazo. Bwe tuba tukyalowooza nti y'entuufu, tusobola okugimba abantu emirundi egiwera, kyokka era bwe bagaana okuwuliriza, kisingako n'ogivaako n'ogendera ku y'abangi nga mugoberera enkola.

Olumu ne Yesu yatambulanga n'avaawo abantu bwe baayagalanga okukaayana naye. Bayibuli egamba nti teyayombanga era tewali muntu yawuliranga ddoboozi Lye mu nguudo. Wateekwa okuba nga waaliyo ebintu bingi abantu bye baakolanga obubi mu maaso ga Yesu. Naye teyayombanga. Matayo 7:6 wagamba, "Temuwanga mbwa ekintu ekitukuvu, so temusuulanga luulu zammwe mu maaso ga mbizzi, zireme okuzirinnyirira n'ebigere byazo, ne zikyuka okubaluma." Nga bwe kyogera, tulina okuwa amazima abo abagakkiriza. Bwe batagakkiriza, tetulina kugabakaka. Olwo nno tewaabe nnyombo wadde okukaayana

1 Timoseewo 6:3-5 wagamba, "Omuntu yenna bw'ayigirizanga obulala, so nga takkiriza bigambo bya bulamu, bye bya Mukama waffe Yesu Kristo, n'okuyigiriza okugobereranga okutya Katonda, nga yeekulumbaza, nga taliiko ky'ategeera, wabula okukalambiza obukalambiza empaka n'entalo ez'ebigambo, omuva obuggya, okuyomba, okuvuma, okutereka obubi, okukaayana kw'abantu abaayonooneka amagezi, abaggibwako amazima nga balowooza ng'okutya

Katonda kwe kufuna amagoba."

Lowooza ku ndowooza gye twali nayo nga tetunnakkiriza Mukama. Nga tetutambulira mu Kigambo kya Katonda, era twali twegulumiza abataakuumanga eby'obwakatonda mu mitima gyaffe. Twali tetulina kye tumanyi, naye nga twefuula abalina bye tumanyi era nga twagala nnyo okukaayana n'okuwakana.

Abo abatagoberera mazima balowooza buli kimu bakimanyi, era bagala nnyo okukaayana. Abantu ng'abo balowooza nti abantu abalala tebalina kye bamanyi, naye Katonda agamba nti beegulumiza.

Omuntu bwakola ekintu ekikontana n'amazima, tusobola okumuwabula oba okumusomesa, naye tetulina kukaayana naye. kyokka bwagenda mu maaso n'okukola ebintu ebikontana n'amazima wadde nga twamuwabudde, embeera tugirekera Mukama. Tetulina kumenya nkola ya bintu olw'okukaayana n'empaka.

Naye bwe mbalagira kino ssibatendereza, kubanga temukung'ana lwa bulungi wabula olw'obubi. (11:17)

Abaebbulaniya 10:25 wagamba, "obutalekanga kukung'ana wamu, ng'abalala bwe bayisa, naye nga tubuulirira, era nga tweyongeranga okukola ebyo bwe tutyo, nga bwe mulaba olunaku luli nga lunaatera okutuuka." Kwe kwagala kwa Katonda ffe okubeeranga nga tukung'anira wamu.

Naye bwe tukung'ana ate ne tudda mu kukaayana, olwo lifuuka ekkung'aniro lya Setaani. Okuwakana n'okuyomba tekiyinza kutuganyula wadde nakamu. Wabula kya bulabe eri obwakabaka bwa Katonda. Katugambe abantu kkumi bakaayanye okumala essaawa ssatu, olwo kitegeeza, essaawa 3 abasajja abo mwebandibadde bakolera emirimu zigenze, zifiiridde awo ttoge. Abakozi abali ku ddaala erya wansi bwe bamala obudde nga bawakana ku nkola y'abo abali mu bifo ebya waggulu, sikumala budde kyokka, wabula tetuyinza nakutuukiriza bwakabaka bwa Katonda mu ngeri eno.

Tetulina kukaayana mu ngeri yonna, era enkung'ana zonna tulina okuzimaliriza amangu ddala. Olwo tulina okukozesa obudde obulala bwonna mu bintu ebigasa obwakabaka bwa Katonda. Kyokka ba memba mu Kkanisa y'e Kkolinso baakolanga ekyo. Pawulo kwe kubagamba nti tebaakung'ana lwa bulungi wabula olw'obubi.

Kubanga eky'olubereberye, bwe mukung'anira mu kkanisa, mpulira nga waliwo okwawukana mu mmwe, era nkikkiririzaamu. Kubanga era n'okwesalamu kikugwanira okubanga mu mmwe, abasiimibwa balyoke balabikenga mu mmwe. (11:18-19)

Okwesalamu kutuukibwako abantu bwe badde mu bubinja obwenjawulo ne butandika buli kamu okukaayana ne kannewaako. Olwaleero, eriyo ekkanisa nnyingi ezirimu obubinja obwenjawulo.

Pawulo agamba yawulira nti mwalimu okwesalamu mu kkanisa y'e Kkolinso era n'akikkiririzaamu. Ye teyabwerabirako naye yawulira nti gye buli, kale nga tasobola kukikkiririzaamu mu bujjuvu.

Oyo eyakimugamba ayinza okuba yakitegeera bubi oba nga yalimba. Era, tetuyinza kukakasa kintu mu bujjuvu nga tukiwulidde okuva eri omuntu omu. Pawulo yalowooza nti yaliyo okwesalamu, kyokka teyakikakasa mu bujjuvu. Yensonga lwaki yagamba nti yali akikkiririzaamu.

Olunyiriri 19 lugamba, "Kubanga era n'okwesalamu kikugwanira okubanga mu mmwe, abasiimibwa balyoke balabikenga mu mmwe." Okwesalamu kukolebwa abantu bwe babeera n'ebirowoozo eby'enjawulo nga bava mu bibinja eby'enjawulo munda mu kibiina ekinene.

Naye Pawulo agamba olw'okwesalamu okwo abasiimibwa balyoke balabikenga mu mmwe. Naye tekitegeeza nti Pawulo yali awagira ensonga y'okwesalamu. Yali atageeza nti oyo omutuufu ddala ajja kukakasibwa oluvannyuma lw'oluyombo n'okuwakana wakati w'enjuyi zombi. Katugamba abantu babiri bagala kuggwang'ana mu malaka. Omulala alaba, asobola okulaba omutuufu y'ani. Naye olw'okuba baabadde mu kuyombagana, tekuli n'omu yeeyisizza bulungi bwe tukozesa Ekigambo kya Katonda.

Watya ng'ekimu ku bubinja obwo obubadde buyombagana kyasazeewo okusirika kyokka ko akabinja akalala ne kasalawo okugenda mumaaso nga kayomba era nga kakalambira nti ke katuufu. Olwo, ani eyandibadde omutuufu wano? Ng'obubinja tebunneesalamu, abantu tebanditegedde ddala bantu ki abasinga okwagala Katonda era nga bamukiririzaamu.

Naye okuyita mu luyombo luno n'ebikolwa ebya buli kabinja, tusobola okukizuula nti abo abaasazeewo okusirika be bagala ennyo Katonda okusinga era nga basingawo ko okutambulira mu mazima okusiga bali abataasirise ne bagenda mumaaso n'okuyomba.

Gasobola okubeera amagezi gaffe nga getukozesa ne bwe tubeera nga tukola ebintu ebirala byonna mu nsi eno. Kituufu abatakkiriza tebatambulira mu mazima. Naye okuyita mu bigambo byabwe n'ebikolwa, tusobola okumanya amazima gabeesudde kyenkana ki, kwe kugamba emitima gyabwe gifaanana gitya mu bulungi era b'amazima kwenkana ki.

Katugambe omu ku bantu b'okulira eyo ku mulimu abeera akulimba buli ssaawa. Kyokka ne bw'abeera takulimba ku luno, bulijjo abeeramu n'obusobozi okulimba oba okuba n'enkwe. Kale, kikubeerera kizibu okumukwasa emirimu egimu. Bw'olowooza ku bintu bino byonna, bw'otegeera engeri y'okukwatamu abantu b'okozesa, tojja kusisinkana buzibu bw'amaanyi.

Amakulu Amatuufu Agali mu Kusembera

Kale bwe mukungaanira awamu, tekiyinzika kulya mmere ya Mukama waffe, kubanga mu kulya kwammwe buli muntu asooka munne okutoola emmere ye yekka, n'omulala alumwa enjala, n'omulala atamiira. (11:20-21)

Abakkiriza b'ekkanisa eyasooka baamenyanga omugaati era ne beenyigira mu kijjulo kya Mukama. Olwo ensonga eriki lwaki Mukama yatulagira okukuumanga ekijjulo kya Mukama?

Omugaati gwe tulya guyimirirawo okutegeeza omubiri gwa Mukama, era enviinyo n'eraga omusaayi Gwe. Yesu bwe yakomererwa okutulokola mu bibi yayiwa amazzi Ge gonna n'omusaayi okuva mu mubiri Gwe. Yatulagira okusemberanga okusobola okujjukiranga okwagala Kwe n'ekisa n'okutambulira mu kwagala Kwe.

Yali ategeeza ekintu nga, "Buli lwe munaalyanga, n'okunywa mu Kusembera, mutegeeranga lwaki n'awaayo omubiri Gwange n'omusaayi ku lwammwe musobole okutambulira mu Kigambo kya Katonda, n'okubuulira enjiri."

Olwaleero, tulya omugaati gwe gumu n'enviinyo y'emu mu Kusembera. Naye abakkiriza abo baaleetanga emigaati egyabwe, n'ennyama, n'omwenge ne balya nga bwe bagala. Nga tebalya mmere mu ngeri ey'obwakatonda. Abamu ku bo nga tebalinda ku balala kubanga baabanga bayala. Nga abagagga babeera n'emmeeza eyaabwe ngabo.

Na bwe kityo obutakkaanya ne bubalukawo era ne watandika okubalukawo ennyombo wakati w'abagagga n'abaavu. Naye nga ddala Mukama yatulagirako okusemberanga olw'okuyombagana n'okwekutulamu? Enkung'ana ezo tezaali ntuufu mu maaso ga Katonda kubanga abagagga baalyanga bulungi kyokka ng'abaavu babeera bayala mu nkung'ana ezo.

Kiki ekyo! temulina nnyumba za kuliirangamu n'okunywerangamu? Oba munyooma ekkanisa ya Katonda, ne muswaza abatalina nnyumba? Nnaabagamba ntya? Nnabatendereza olw'ekyo? Ssibatendereza. (11:22)

Wateekwa okubaawo obudde obuteerwawo okusembererako. Naye nga mu kkanisa y'e Kkolinso, bbo tebaabulinanga. Abantu baalyanga n'okunywa bwe baalumwanga enjala. Abagagga nga bekkusa bokka era kwe bateeka n'okunyooma abaavu. Kuno kwabanga kunyooma kkanisa, okuleetera ab'oluganda okwesittala, n'okuleetawo okwekutulamu mu bantu. Bwe yamala okwogera ensonga eno, n'abasomesa ebintu eby'omwoyo ng'akozesa Ekigambo kya Katonda.

Bwe tunokolayo ensobi z'abantu ezimu era ne tubawa amagezi, tulina okukikola n'okwagala. Okwogera obwogezi ku nsobi z'abalala tekirina kye kijja kuyamba. Oluvanyuma lw'okwogera ku nsonga ezimu, tulina okubasigamu Ekigambo eky'amazima. Mu ngeri eno, bajja kusobola okutegeera, era bwe banaabeera n'omutima omulungi, bajja kukkiriza ensobi yaabwe batereeze.

Kubanga nze nnaweebwa eri Mukama waffe era ekyo kye nnabawa mmwe, nga Mukama waffe Yesu mu kiro kiri kye yaliirwamu olukwe yatoola omugaati. ne yeebaza, n'agumenyamu, n'ayogera nti "Guno gwe mubiri gwange oguli ku lwammwe, mukolenga bwe mutyo olw'okunjijukiranga Nze." Era n'ekikompe bwatyo bwe baamala okulya, ng'ayogera nti, "Ekikompe kino ye ndagaano empya mu musaayi Gwange, mukolenga bwe mutyo buli lwe munaanywangako, olw'okunjijukiranga Nze. kubanga buli lwe munaalyanga ku mugaati guno ne lwe munaanywanga ku kikompe, munaayolesanga okufa kwa Mukama waffe okutuusa lw'alijja. (11:23-26)

Omutume Pawulo agamba nti bye yali abaleetedde tebyali bigambo bye ye, wabula ebyo Katonda bye yali amubikkulidde. Yesu yalya Ekijjulo Ekisembayo n'abayigirizwa Be mu kiro kye yakwatirwako.

Yokaana 6:53 wagamba, "Awo Yesu n'abagamba nti ddala ddala mbagamba nti bwe mutalya mubiri gwa Mwana wa muntu ne munywa omusaayi Gwe, temulina bulamu mu mmwe.'" Nga Yesu bwe yayogera mu Yokaana 14:6, "Nze kkubo, n'amazima n'obulamu." Ge mazima era amazima kye Kigambo kya Katonda.

Bayibuli etugamba nti okuba n'obulamu obutaggwaawo mu ffe, tulina kusooka kulya wamu n'okunywa omubiri n'omusaayi gw'Omwana w'Omuntu. Kitegeeza nti tulina okuyingiza Ekigambo kya Katonda era tukitambuliremu okusobola okuba n'obulamu obutagwaawo. Eyo yensonga lwaki Mukama yagaba omugaati ng'akabonero akalaga omubiri Gwe n'ekikompe ng'akabonero akalaga omusaayi Gwe.

Olwo tulina kumujjukira tutya era tulina kusembera emirundi emeka?

Kitegeeza nti tulina okujjukiranga nti Mukama yayiwa omusaayi Gwe okutununula mu bibi era atuwe obulamu. Ebibi bisobola okusonyiyibwa n'obulamu busobola okuweebwa singa 'tulya omubiri n'okunywa omusaayi gwa Mukama'. Pawulo atugamba nti tulina okujjukiranga amakulu ag'omwoyo aga kino buli lwe twenyigira mu Kusembera.

Bwe wayitawo obudde abantu abasinga beerabira ekisa kye baafuna n'ensonga ze balina okuba nga beebaza. Yesu amanyi bulungi omutima gw'abantu guno, era yensonga lwaki Yatulagira okujjukiranga ekisa Kye n'okwagala nga tulya omugaati n'okunywa enviinyo.

Acerca del orden espiritual

Mu kulya omubiri Gwe n'okunywa omusaayi Gwe, tetulina kugenda eri ekkubo ery'obulokozi kyokka, wabula n'okunyiikira okubuulira enjiri okusobola okulokola emyoyo emingi. Olwo kiba kigasa ki okulya n'okunywa awatali kutegeera makulu gano?

Kyanaavanga azza omusango ogw'omubiri n'omusaayi gwa Mukama waffe buli anaalyanga ku mugaati oba anaanywanga ku kikompe kya Mukama waffe nga tasaanidde. Naye omuntu yeekeberenga yekka alyoke alyenga ku mugaati bwatyo era anywenga ne ku kikompe. Kubanga alya era anywa, alya era anywa musango gwe ye, bwatayawula mubiri. Mu mmwe kyemuvudde mubeeramu abangi abanafu n'abalwadde, era bangiko abeebaka. (11:27-30)

Tewali muntu yenna alina kwenyigira mu Kusembera ku mmeeza ya Mukama nga tamaze kutunula mu bulamu bwe. Bwe babeera n'ebibi, balina okwenenya n'okukyuka. Bwe babeera tebasobola kukikola essaawa eyo, tebalina kukyenyigiramu. Ensonga lwaki tusembera ku mmeeza ya Mukama kwe kutegeera nti, tulina okubeera nga tutambulira mu Kigambo kya Katonda, Katonda yawaayo Omwana We era n'amuganya okuyiwa omusaayi Gwe n'okuwaayo omubiri Gwe ku musaalaba. Bwe tumanya amazima gano kyokka ne tugenda mu maaso n'okwonoona, era ne twenyigira mu kulya omugaati omutukuvu n'ekikompe ekitukuvu, kubeera kunyooma Katonda.

N'olwekyo, tulina okusooka okwekebera nga tukozesa Ekigambo kya Katonda okulaba oba nga tulina ekibi kyonna oba nedda. Bwe tuba nga tukyagenda mu maaso okwonoona mu bugenderevu, ddala tubeera tetulina bisaanyizo kunywa wadde okulya. Tulina okwenyigira mu Kusembera bwe tubeera nga tulowooza tusaanidde nga tukozesa amazima okwetunulamu.

Olunyiriri 29 lugamba, "Kubanga alya era anywa, alya era anywa musango gwe ye, bwatayawula mubiri." Kitegeeza nti omuntu atasaanidde kulya n'okunywa, bwanywa era n'alya, gubeera musango mumaaso ga Mukama.

Olunyiriri 30 wagamba, "Mu mmwe kyemuvudde mubeeramu abangi abanafu n'abalwadde, era bangiko abeebaka." Wano, abanafu si b'ebo abalina endwadde eziva ku buwuka wabula obumu ku bulemu, okugongobala, oba obuzibe bw'amaaso.

Wano, 'okwebaka' kitegeeza obuzibe obw'omwoyo. Abakkiriza bonna balina okubeera ng'amaaso gaabwe ag'omwoyo galaba, basobole okutegeera okwagala kwa Katonda bwe bawuliriza Ekigambo Kye, n'okuwuliziganya Naye, n'okuwulira eddoboozi ery'Omwoyo Omutukuvu.

Olwo lwokka lwe tuyinza okukkiriza Ekigambo kya Katonda era tujja kukiwulira nga kiwoomu ng'omubisi gw'enjuki. Kyokka omuntu ne bw'aba abadde Mukristaayo okumala emyaka, bw'atalya n'okunywa omusaayi gwa Mukama n'omubiri Gwe, kwekugamba bwatakuuma Kigambo kya Katonda kyokka n'agendanga bugenzi mu kkanisa, kitegeeza akyali mu mubiri 'yeebase'.

Wagamba, "Kubanga alya era anywa, alya era anywa musango gwe ye, bwatayawula mubiri." Wano, tulina okukiteegera nti tebaanafuwa oba okulwala kubanga tebaalya bulungi omubiri gwa Mukama n'okunywa obulungi omusaayi Gwe.

Obulwadde bujja butya gye tuli? Okuva 15:26 wagamba, "N'ayogera nti, 'oba nga oliwulira nnyo eddoboozi lya MUKAMA Katonda wo, n'okola obutuukirivu mu maaso Ge, n'owulira amateeka Ge, n'okwata by'alagira byonna, sirikuteekako ggwe endwadde zonna ze nnateeka ku Bamisiri, kubanga nze MUKAMA akuwonya.'"

Yesu yawonya omusajja eyali amaze n'endwadde emyaka 38 mu Yokaana 5:14, N'amugamba, "laba, oli mulamu, toyonoonanga nate, ekigambo ekisinga obubi kireme okukubaako." Yesu yamuganya okutegeera nti obulwadde bwali buvudde ku kibi.

Kati, omuntu bw'aba talina bisaanyizo okwenyigira mu Kusembera ku mmeeza ya Mukama, kitegeeza nti atambulira mu bibi, mu bujeemu, n'agatali mazima. Omuntu afuna endwadde oba afuuka munafu kubanga tatambulira mu Kigambo kya Katonda, era akyali muzibe mu mwoyo.

Naye singa twesalira omusango fekka, tetwandisaliddwa musango. Naye bwe tusalirwa omusango, tubuulirwa Mukama waffe, tuleme okusingibwa omusango awamu n'ensi. Kale, baganda bange, bwe mukung'aananga okulya, mulindaganenga. Omuntu bw'alumwanga enjala, alyenga eka, okukung'aana kwammwe kulemenga okuba okw'ensobi. N'ebirala ndibirongoosa, we ndijjira wonna. (11:31-34)

Bwe twetunulamu nga tukozesa Ekigambo kya Katonda, eky'okutambulira mu mazima kijja kujja kyokka, Katond bwatyo aleme okutusalira omusango. Omulabe setaani bw'atulumiriza ng'agamba, "Oli mwonoonyi. Wakola ekibi kino na kino!" Katonda abeera asobola okutukuuma kubanga byatulumiriza si bituufu.

Tetulina kulumirizibwa mu maaso ga Katonda. Katonda alina okutuyita nti, "Batabani bange ne bawala bange abaagalwa!" Bwe tubeera n'ensonga ereetera abalala okutusingisa emisango, olwo nno Setaani ajja kutusalira omusango mu maaso ga Katonda. Awo Katonda abeera talina kirala kyalina okukola okujjako okutuggyako amaaso okusinziira ku Mateeka ag'omwoyo. Setaani ajja kutuleetera endwadde, ebigezo, n'okubonaabona, era atufuule abazibe mu mwoyo. Kuno kwe 'okusalirwa omusango mu maaso ga Katonda' olw'okumenya amateeka ag'ensi ey'omwoyo.

Naye Katonda atuganya Setaani okutulumiriza kubanga atwagala. Abaebbulaniya 12:6-8 wagamba, "Kubanga Mukama gw'ayagala amukangavvula, Era akuba buli mwana gwakkiriza. Olw'okukangavvulwa kyemunaavanga mugumiikiriza Katonda abakola ng'abaana, kuba mwana ki Kitaawe gw'atatakangavvula? naye bwe munaabeeranga awatali kukangavvulwa, okugwana okututuukako fenna, muli beebolereze so si baana.."

Katonda aganya ebibonerezo okutuukawo abaana Be baleme okukwana ensi ejja okubakwasa ekkubo ery'okuzikirira. Oyo ayagala Katonda bw'akola ekibi, ajja kubonererezebwawo amangu ago. Obwo bubeera bukakafu nti Katonda amwagala.

Olunyiriri 33 lugamba, "Kale, baganda bange, bwe mukung'aananga okulya, mulindaganenga."

Pawulo abakubiriza nti, balina okutegeera amakulu amatuufu ag'omwoyo ag'Okusembera ku mmeeza ya Mukama era baalina okukung'ana awamu okumenya emigaati. Olwaleero, tulyako n'okunywako katono kubanga kabonero akalaga kiri. Naye mu kiseera kiri kyali kyanjawulo. Pawulo bwatyo yabagamba nti omuntu ne bw'aba muyala asooke alinde ku banne, era ng'okukyewala basooke balye awaka nga tebanajja.

Wagamba, "N'ebirala ndibirongoosa, we ndijjira wonna." Pawulo yali tayinza kugenda nnyo mu buziba, bwatyo kwe kubagamba nti alibabuulira n'ebirala ebisinga kw'ebyo lwaliddamu okubakyalira.

Essuula 12

Ebirabo Eby'omwoyo Omutukuvu

Omwoyo Omutukuvu Atuganya Okumanya Mukama Yesu

Ebirabo Eby'enjawulo Eby'Omwoyo Omutukuvu

Tuli Mubiri gwa Kristo

Engeri Ekkanisa Gy'erina okutambuzibwamu

Omwoyo Omutukuvu Atuganya Okumanya Mukama Yesu

Kale nno ab'oluganda, eby'ebirabo eby'omwoyo ssaagala mmwe obutabitegeera. (12:1)

'Ab'oluganda' kitegeeza abaana ba Katonda. 'Ebirabo eby'omwoyo' bikontana n'ebintu eby'omubiri bwe tubeera nga twogera ku nsi ey'omwoyo.

Abantu tuli mu nsi erina emitendera essatu. Ensi ey'emitendera ena y'ensi ey'omwoyo era eno tekyukakyuka ya lubeerera era nga Katonda yennyini yagifuga. Kale n'ensi ey'emitendera essatu nayo yatondebwa Katonda era nayo Yagifuga, naye Ye Mukama w'ensi ey'omwoyo.

Kati, omutume Pawulo agamba ayagala abakkiriza bonna okutegeera ebintu bino eby'omwoyo. Tuli mu nsi ey'emitendere essatu, naye bwe twakkiriza Mukama, omwoyo waffe eyali afudde yazuukizibwa, era netufuuka abaana ba Katonda.

Amannya gaffe gaawandiikibwa mu Kitabo Eky'obulamu era tulina obutuuze mu bwakaba obw'eggulu obutaggwaawo. N'olwekyo, tulina okumanya ku bikwata ku nsi ey'omwoyo. Wadde tebirabika, tulina okukkiriza nti ensi ey'emitendera ena gyeri era tugoberere amateeka agafuga ensi ey'omwoyo.

Olw'okuba bakyaliko ekkomo ery'ensi eno erabika n'amaaso ey'emitendera essatu, abantu abamu tebasobola kuwuliziganya na Katonda. Tebasobola kufuna kuddibwamu kuva Gyali tebasobola na kwerabira ku mirimu Gye wadde nga bagamba nti bakkiriza. Kale, bwe twogera ku nsi ey'emitendera ena, abantu ab'ekika kino babeera n'okubuusabuusa era tebakkiriza mu bujjuvu.

Eno yensonga lwaki tulaba mu Bayibuli nga Yesu n'abayigirizwa Be baayiganyizibwa. Abafalisaayo, abawandiisi ne ba kabona bakkiririzanga mu Katonda era ne bagobereranga amateeka, naye baali tebasobola kutegeera ebintu eby'omwoyo. Bakkiririzanga mw'ebyo byokka bye baalabanga n'amaaso gaabwe. Kale, bwe baalaba ekintu eky'ensi ey'emitendera ena nga kiragiddwa, tebaakyagala era ne bayigganya abo abaakolanga ebintu ng'ebyo. Olw'okuba ate kati ensi ejjudde nnyo obubi n'okusinga bwe gwali n'obutali butuukirivu, okuyigganyizibwa kujja na kusingawo.

Mumanyi bwe mwali ab'amawanga nga mwakyamizibwanga eri ebifaananyi ebitoogera, nga mukyamizibwa mu ngeri yonna. (12:2)

Waalinga mu bulamu bwa kika ki nga tonnakkiriza yesu Kristo olyoke ofune Omwoyo Omutukuvu? Abantu abamu bayinza okugamba nti tebaasinzanga bifaanananyi. Naye nga abantu bano baali basinza ebifaananyi.

Abantu abamu baaweerezanga abantu abalala, abaami baabwe oba abakyala, oba n'abaana baabwe nga balinga ebifaananyi. Abalala nga tebafaayo ei ba mu maka gaabwe nga basinza buyinza, tutumu ng'ebifaananyi. Abalala baasinzanga okunaanya amagezi oba sente nga bye bifaananyi byabwe. Abamu beesinzanga bo nga bo bennyini bye bifaananyi.

Ate nga ddala eriyo abantu abakola ebifaananyi mu mbaawo, mu mayinja, oba mu zaabu ne babisinza. Abalala basinza njuba, omwezi, oba emmunyeenye. Abamu balagula buli lwe babeera abalwadde. Mu kukola kino kitegeeza nti balubaale be bafuuse ebifaananyi byabwe.

Nga kuswala kw'amaanyi abantu bwe basinza ebifaananyi ng'ebyo nga tebannajja eri Mukama? Nga kisesa abantu okuvvunamira ebifaananyi n'okubisinza ebyo ebyabagibwa n'okusigibwa abantu ne balyoka babisaba nti, 'Nzikkiriza okuyita ebibuuzo bino', 'Bizinensi yange k'ekulaakulane', ne 'mpa obulamu'!

Ekitali ku bifaananyi bino, bwe tusaba n'okukkiriza, Katonda addamu okusaba kwaffe n'olwaleero. Bwe tukuuma olunaku lwa Mukama nga lutukuvu era ne tuwaayo ekimu eky'ekkumi, nga bye bisookerwako mu bulamu bw'Ekikristaayo, Atukuuma ne tutafuna bubenje bwonna.

Bwe tufuna obubenje, wateekwa okubaawo ensonga, gamba nga obutakuuma lunaku lwa Mukama nga lutukuvu oba tetuwaayo ekimu eky'ekkumi kyaffe mu bulamba bwakyo. Katonda abeera tasobola kutukuuma bwe kibeera bwe kityo. Tuyinza okugamba nti obulamu bwaffe bwa mukisa singa tubeera n'essuubi mu bwakabaka obw'omugggulu, ne tweyongera okumanya ebisingawo ku nsi ey'omwoyo, n'okuweereza Katonda ayinza byonna, so si ebifaananyi ebitasobola na kwogwera.

Kyenva mbategeeza nga siwali muntu bw'ayogera mu

Mwoyo gwa Katonda agamba nti 'Yesu akolimiddwa', so siwali muntu ayinza okwogera nti, 'Yesu ye Mukama waffe,' wabula mu Mwoyo Omutukuvu. (12:3)

Twawuliriza ekiyitibwa ekkubo ery'omusalaba era bwe tutyo bwe twajja okutegeera Yesu Kristo nti Ye Mulokozi era ne tuggulawo omutima gwaffe. Olwo Katonda n'asindika Omwoyo Omutukuvu mu mutima gwaffe. Omwoyo yazaala omwoyo. Kwe kugamba, nga tuyambibwako Omwoyo Omutukuvu, tutegeera obubi era ne tutambulira mu butuukirivu.

Obulamu bwaffe bwe tubutambuliza mu mirimu gino egy'Omwoyo Omutukuvu bulijjo, tuyinza tutya okugamba nti, 'Yesu akolimiddwa'? Tuyinza tutya okugamba nti mubi, alimu obubi, era mukyamu?

Abo abafunye Omwoyo Omutukuvu tebalina kwogera bintu ng'ebyo. Edda, nga tetunnakkiririza mu Yesu Kristo ng'Omulokozi waffe, nga tetumuyita Mukama waffe. Abamu bayinza okuba baakyogezanga mumwa, naye nga tebamukiriza mu mutima gwabwe. Naye abo abafunye Omwoyo Omutukuvu bakkiriza amazima gano nti Yesu Kristo ye Mulokozi waffe nga tebawuliramu nkenyera yonnna. Abo abatannafuna Omwoyo Omutukuvu tebasobola kugamba nga bakitegeeza nti Katonda ye Kitaffe, naye abo abakituuseeko bamuyita Taata kubanga Ye yazaala omwoyo gwaffe.

Ebirabo Eby'enjawulo Eby'Omwoyo Omutukuvu

Naye waliwo enjawulo z'ebirabo, naye Omwoyo ali omu. Era waliwo enjawuo z'okuweereza era Mukama waffe ali omu. (12:4-5)

Wano ekigambo 'ebirabo' kitegeeza omulimu ogw'enjawulo ogukolebwa mu kwagala kwa Katonda. Kye kirabo ekituweebwa ku lw'ekisa kya Katonda era nga kye kimu ku bintu ebingi ebituukawo olw'ekisa Kye. Mu ngeri eno, omulimu ogw'obulokozi, okufuna Omwoyo Omutukuvu, okuwonyezebwa okw'obwakatonda, n'ebirala bingi, bye 'birabo' bya Katonda. Era kibeera kirabo kya Katonda bwe tufuna okuddibwamu eri okusaba kwaffe.

Mu birabo Katonda byatuwa, waliwo ebimu ku byo nga ebiweebwa olw'okubaako omulimu gwa Katonda ogukolebwa. Bye birabo eby'amagezi, ebirabo eby'okumanya, ebirabo eby'okukkiriza, n'ebirabo eby'okuwonyanga okw'obwakatonda.

Ebirabo biweebwa ku lw'omulimu ogw'Omwoyo Omutukuvu, kale bwatyo omuntu alina kubifuna ng'amaze kufuna Omwoyo Omutukuvu. Kale, abo nga abaaliwo mu biseera by'Endagaano Enkadde tebaafuna Mwoyo Omutukuvu, olwo baasobolanga batya okulagula n'ekirabo eky'obunnabbi? Mu biseera eby'endagaano Enkadde, Omwoyo Omutukuvu teyayingiranga mu mitima gy'abantu. Wabula, baasobolanga okulagula ng'omwoyo abalung'amiza bwatyo, wabula ng'asinziira bweru. Yensonga lwaki baali tebasobola kulagula buli kiseera okuggyako ng'Omwoyo amaze kujja gye bali.

So nga ku ludda olulala, mu biseera by'Endagaano Empya, bulijjo tusobola okuwuliziganya ne Mukama bwe tuba nga tujjuziddwa Omwoyo. Bwe tujjula Omwoyo, tusobola okufuna ekirabo eky'ennimi oba ekirabo eky'okuwonya okw'obwakatonda.

Obuweereza Obuweebwa Mukama

Ebirabo bikwatagana n'Omwoyo Omutukuvu so nga abaweereza bakwatagana ne Mukama. Obuweereza obw'enjawulo, gamba nga ebifo eby'obudinkoni, eky'obukadde, n'abasumba, biweebwa okuva eri Mukama. Bituweebwa tusobole okuweera Yesu Kristo obujjulizi, okulokola emyoyo, n'okutuukiriza obwakabaka n'obutuukirivu bwa Katonda. Obuweereza bw'okusomesa abaana mu kkanisa, n'abwo buweereza obusiimibwa Mukama, era bwonna bukulu.

Waliwo enjawulo nnene wakati w'okubeera ng'obuvunaanyizibwa bukolebwa ng'oluwalo, n'okuwulira ng'aweereddwa omukisa okuweereza. Kintu kya muwendo okufuna obuvunaanyizibwa mu Katonda. Naye bwe tugezaako okutuukiriza obuvunaanyizibwa obwo n'obugayaavu oba nga abakakibwa, olwo tetusobola kukkirizibwa mu bwakabaka bwa Katonda mu maaso eyo. Tusiimibwa era ne tufuna empeera ez'omu ggulu bwetutuukiriza obuvunaanyizibwa, obwo ne ssanyu, n'okukkiriza.

Eriyo obuvunaanyizibwa bwa mirundi mingi nga okuyimba mu kwaya oba abakubi b'ebyuma mu bwakabaka obw'omu ggulu. Olumu kizibu okutuukiriza obuvunaanyizibwa bwaffe wano ku nsi, naye mu bwakabaka obw'omu ggulu si kizibu nakamu. Kye kintu ekiwa omuntu essanyu n'okusanyuka. Kale, bwe tutakola nnyo kulaba nga tutuukiriza obuvunaanyizibwa obutuweebwa Katonda kubanga tuwulira ng'abalina emirimu emingi wano ku nsi, tunaafuna ki mudda nga tuyimiridde mu maaso ga Katonda?

Bwe twali abato, omusomesa nga bwabaako kyakutuma, nga tusanyuka nnyo. Twalinga basanyufu kubanga twawuliranga nti twagalibwa era ng'omusomesa atukiririzaamu. Naye olwo ate tekissukewo, okumanyibwa Katonda Omutonzi n'akutuma okumukolera omulimu Gwe! Nolwekyo, bwe tubeera n'okukkiriza, tulina okwebaza ku lw'okuweereza kwaffe n'obuweereza.

Era, tetulina kulowooza ku kifo oba obuweereza ng'obwakuweebwa musumba oba akakiiko k'abakulembeze. Tulina okutegeera nti bwatukwasibwa mu linnya lya Mukama olw'okulung'amizibwa Kwe.

Era waliwo enjawulo z'okukola, naye Katonda ali omu, akola

byonna mu bonna. Naye buli muntu aweebwa okulagibwa kw'Omwoyo olw'okugasa. (12:6-7)

Emirimu gikwatagana na Katonda. Emirimu Gye gyawukana mu biseera eby'enjawulo, kyokka emirimu gyonna gifugibwa Katonda.

Emirimu gyonna gifugibwa Katonda, kyokka gikolebwa mu linnya lya Yesu Kristo. Obuweereza buweebwa kuva eri Mukama, era bukolebwa ku lw'amaanyi ag'Omwoyo Omutukuvu. Era ekiva mwekyo, ebintu byonna bituukirizibwa olw'omulimu gwa Katonda obusatu.

Olunyiriri 7 lugamba, "Naye buli muntu aweebwa okulagibwa kw'Omwoyo olw'okugasa." Okulabisibwa kw'Omwoyo Omutukuvu kubeera kutya okulungi ku lwaffe? Omwoyo Omutukuvu ajja eri buli muntu okutusigamu okukkiriza n'okutulung'amya okusobola okuva mu bibi n'okutambulira mu mazima n'obutuukirivu.

Era, tetusobola kutegeera mazima awatali mirimu egy'Omwoyo Omutukuvu. Olw'emirimu Egy'Omwoyo Omutukuvu tuyiga okwagala kwa Katonda ne tukwata ekkubo Katonda lyayagala. Era tufuna n'okuddibwamu eri bye tusaba era ne tuddiza Katonda ekitiibwa. N'olwekyo, emirimu gyonna egy'Omwoyo Omutukuvu mirungi gye tuli.

Kubanga omulala Omwoyo amuweesa ekigambo eky'amagezi. N'omulala aweebwa ekigambo eky'okutegreera, ku bw'Omwoyo Oyo; (12:8)

Varios dones del Espíritu Santo

Wano, 'omulala' y'ani? Katonda ayagala fenna okutuwa ebirabo, naye tayinza kumala gagabira buli omu. Agabira abo abateeseteese ebibya byabwe obulungi okufuna ebirabo. N'annyonyodde dda mu bujjuvu ku kigambo amagezi mu bujjuvu mu ssuula 3. Waliwo ebintu bingi mu magezi gamba nga amagezi mu bulamu bwaffe obwa bulijjo, amagezi mu mitima gyaffe, n'amagezi mu kukola emirimu gyaffe.

Kankuwe eky'okulabirako okunyonyola 'ekigambo amagezi'. Abantu abamu bakung'anya ebintu bye basudde, ng'obuccupa ne babikolamu ekintu ekirala aky'omugaso. Kino kika kya magezi mu bulamu bwaffe.

Bwe tukola emirimu egy'awaka, obulamu bwaffe bujja kubeera bwa njawulo okusinziira ku magezi ag'enjawulo. Eky'okulabirako, eriyo abantu abafuna sente ze zimu ne bye zigendako nga bifaanagana, kyokka abamu sente tezibamala, so nga abalala bakozesa sente ezo ze zimu, kyokka ne bagula buli kimu era ne baterekako n'ezimu.

Kye kimu n'Ekigambo kya Katonda. Buli muntu akozesa Ekigambo kya Katonda mu ngeri za njawulo. Eriyo abafunye ekirabo ky'ekigambo eky'amagezi ne bakozesa Ekigambo kya Katonda ne kituukira ddala ku kye boogerako. Kiri bwe kityo lwakuba omuntu si yakozesa Ekigambo kya Katonda wabula Omwoyo Omutukuvu.

Omwoyo Omutukuvu asobola okukyusa abo ababadde ababi era abatali batuukirivu ne bafuuka abagonvu era abantu abalina omutima omulungi, olw'ekigambo kya Katonda. Akyusa abantu ng'abo basobole okuzza mu balala amaanyi n'okwebaza. Nga basigibwamu okukkiriza, Abalung'amya okuwangula ensi n'essuubi ery'obwakaba obw'omu Ggulu.

Naye si buli muntu nti ajja kukyuka. Buli muntu alina omutima-ennimiro ya njawulo. Eriyo abamu nga omutima-ettaka mulungi; ettaka eddala lirimu amaggwa; ettaka eddala nga mulimu enjazi; so nga eriyo n'ettaka eririko akakubo ak'okukubo. Ate buli muntu alina obusobozi bw'okutegeera bwa njawulo n'okugumiikiriza nga kwanjawulo. N'olwekyo, wadde ebigambo bisobola okubeera nga bye bimu, buli muntu alina enjawulo n'obungi bw'enkyukakyuka egenda mu maaso mu bulamu bwe.

Abamu balina omwoyo ogulinga ogwayisibwako ekyuma ekyokya nga tebakyukirako ddala. Yuda Isukariyooti yagoberera Yesu okumala emyaka essatu era n'ayiga amazima, naye teyakyuka. Omutume Pawulo bwe yakola obubonero n'ebyewuunyo, abantu bangi baamugoberera era ne baweera Katonda omulamu obujjulizi. Naye bangi ku bo era baalya mu Katonda olukwe ne baddayo mu nsi. Abantu abo abafunye ekirabo ky'ekigambo eky'amagezi basobola mu bwangu basola okukyusa amangu abo abalina obusobozi obw'okukyuka.

Olwo, tuyinza tutya okufuna ekirabo eky'ekigambo eky'amagezi?

Yakobo 3:17-18 wagamba, "Naye amagezi agava waggulu okusooka malongoofu. nate ga mirembe. mawombeefu. mawulize, agajjudde okusaasira n'ebibala ebirungi, agatalina kwawula. agatalina bunnanfuusi. Era ekibala eky'obutuukirivu kisigibwa mu mirembe eri abo abaleeta emirembe."

Tusobola okufuna amagezi ga Katonda gye tukoma okwetukuza. Naye okusooka, tulina okubeera abalongoofu, ab'emirembe, abawulize, abajjudde okusaasire, abatayawulayawula mu bantu, era abatalina bunnanfuusi mu maaso ga Katonda. Tujja kubala ebibala eby'obulungi, emirembe, obuwulize, n'okwagala nga bwe tulya omubiri n'okunywa omusaayi gwa Mukama. Tujja kufuna amagezi okuva eri Katonda gye tukoma okutambulira mu mazima era ne tutukuzibwa.Ebigambo bino byonna ebya Katonda bwe biteekebwateekebwa muffe, tujja kufuna amagezi ga Katonda agataliiko kkomo. Bwe tuti bwe tufuna ekirabo eky'ekigambo eky'amagezi.

Tujja kubeera n'amaanyi mangi bwe tunaafuna ekirabo kino eky'ekigambo eky'amagezi. Eky'okulabirako, bwe tuddukanya bizinensi, tusobola okukulaakulana olw'amagezi gaffe era abantu tujja kubasingira wala. Buli kimu tujja kusobola okukikola obulungi omuli n'okusomesa abaana baffe, nga tunyweza emirembe mu maka, tubuulira enjiri, eri ab'emikwano ne baliraanwa.

Olunyiriri 8 ekitundu ekisembayo kigamba, "N'omulala aweebwa ekigambo eky'okutegreera, ku bw'Omwoyo Oyo;" Okusinziira ku Nkuluze esangibwa ku byuma bikalimagezi eyitibwa Merriam-Webster ennyonnyola ekigambo 'okutegeera' nti 'y'embeera ey'okumanya obulungi ekintu nga kifunibwa okuyita mu bbanga omuntu lyakoledde ekintu ekyo oba ekintu ekyefaananyiriza kwekyo'.

Abaana abawere babeera n'okutegeera. Bagenda bayingiza bye balaba n'okuwulira n'okuyiga mu bwongo bwabwe bwe bagenda bakula. Ebintu ng'ebyo bye bizaala 'okutegeera'.

Kyokka amagezi omwana oyo gayingiza mangi ku go si matuufu. Eky'okulabirako, abazadde bangi basomesa abaana baabwe baleme kutunula nga babakubye, n'abo baddize abeera abakubye. Ekirabo eky'ekigambo eky'amagezi mu Bayibuli kwe kutegeera amakulu ag'omwoyo ag'Ekigambo kya Katonda, okutegeera omutima gwa Katonda, n'okukiteekateeka mu mutima gwaffe. Ffe okusobola okwekwata ekigambo eky'amagezi, amaaso gaffe ag'omwoyo galina okubikkuka tusobole okutegeera Ekigambo. Kwe kugamba, tetujja kutegeera amakulu gennyini mpozi okutegeerako ag'okungulu gokka ag'Ekigambo kya Katonda.

Eky'okulabirako, aba dinkoni oba abakozi b'ekkanisa ddala bandibadde bamanyi ennyiriri zino; 1 Abasessaloniika 5:16-18 wagamba, "Musanyukenga ennaku zonna, musabenga obutayosa, mmwebazenga mu kigambo kyonna kyonna, kubanga ekyo Katonda ky'abagaliza mu Kristo Yesu gye muli." Naye ebiseera ebisinga obungi bamanya bimanye n'ebikoma awo. Balina okutegeera amakulu ag'omwoyo mu nnyiriri zino era ne bazitambuliramu nga bo. Olwo lwe kisobola okufuuka ekigambo eky'amagezi. Kitegeeza ki okukikwata obukwasi ng'ekikwate?

Olwo, bikolwa bya kika ki abantu abakutte ebigambo bino ng'ebyabwe mu mutima gwabwe era ne babitambuliramu bye banaaba bakola? Bategeera amakulu ag'omwoyo ag'olunyiriri olugamba nti, "Musanyukenga" bwe batyo bajja kusanyukanga ne wakati mu bigezo oba okusoomoozebwa, era beebaze mu mbeera yonna mu kusaba.

Tusobola okuyingira mu kigera eky'omwoyo bwe tutegeera Ekigambo kya Katonda mu mwoyo era ne tukitambuliramu nga ffe. Naye ekigambo eky'omwoyo bwe kibeera tekiteekeddwateekeddwa mu ffe, tekijja kugobererwa bikolwa. Olwo nno, kitegeeza nti tetujja kusobola kufuna mirimu gya Katonda.

Naye ate lwaki agamba nti kino kye kika ky'ekirabo? Kiri bwe kityo lwakuba tetusobola kutegeera oba okukitambuliramu ffe nga tetuyambiddwako Omwoyo Omutukuvu. Abo abagala Ekigambo kya Katonda era ne bajjuzibwa Omwoyo basobola okufuna obuyambi Bwe, bwe batyo ne bawulira ng'okubuulira kuwoomu ng'omubisi gw'enjuki ng'ebirowoozo byabwe biri wamu tebitambulatambula.

Era okukkiriza kwabwe bwe kukula, bajja kutegeera omutima gwa Katonda n'okwagala Kwe era batambule ng'amateeka ag'ensi ey'omwoyo kye g'abeetaza, bwe batyo bulijjo banaalung'amizibwa eri ekkubo ery'okukulaakulana. Omulabe Setaani era Omulyolyomi tasobola kubasumbuwa wabula ajja kubavaako.

...omulala okukkiriza, ku bw'Omwoyo oyo, n'omulala ebirabo eby'okuwonyanga, ku bw'Omwoyo Oyo omu, (12:9)

Abantu abamu babeera n'okukkiriza okunywevu kasita bawulira ku Katonda. Tuyinza tutya okufuna ekirabo kino eky'okukkiriza okusobola okukkiririzaawo? Nga bwe kyayogeddwa edda, eriyo 'ettaka' lya mirundi ena ery'emitima: Ettaka eddungi, ery'amaggwa, ery'enjazi, ne ku mabbali g'ekkubo.

Ettaka eddungi, gwe mutima omulungi ogutaliimu bubi. Abo abalina emitima emirungi bajja kukyusa ebigambo byabwe n'emize bwe bategeera nti bakyamu okuyita mu Kigambo kya Katonda. Bwe bazuula ekintu ekitali kituufu mu bo, Bajja kukyegyako nga bagoberera omwoyo 'omulungi'.

Era, bwe beerabira ku Katonda Omulamu oba ne babaako obukakafu bwe balaba, bakkiriza Katonda amangu ago. Katonda yagaba ekirabo eky'okukkiriza eri abantu ng'abo.

Olwo, abo abatalina 'ttaka ddungi' bayinza batya okufuna ekirabo eky'okukkiriza? Okukkiriza kuweebwa Katonda. Omuntu tasobola kumala gabeera nakwo wonna wayagalidde. Mu Makko 9:23, Yesu bwe yamugamba nti, "'Oba ng'oyinza?' Byonna biyinzika eri akkiriza," omusajja eyalina omwana eyali asumbuyibwa Dayimooni kwe kugamba nti, "Nzikirizza; saasira obutakkiriza bwange."

Wano, bwe yagamba nti 'Nzikirizza,' kitegeeza nti yali awulidde ku maanyi ga Yesu, okuzuukiza abafu n'okuzibula abazibe amaaso. Naye yali tasobola kufuna kye yali asabira n'okukkiriza okumanye obumanyi. Okukkiriza kuno si kukkiriza okutuufu okumusobozesa okukkiriza okuva mu mutima.

Omuntu okufuna kyasabira alina kubeera n'okukkiriza okw'omwoyo, era ng'okukkiriza kuno kuweebwa Katonda.

Omusajja ono yalemererwa okukkiriza okuva ku ntobo y'omutima gwe, era bwatyo n'asaba Yesu okumuwa okukkiriza okw'omwoyo, era Yesu n'akikola.

Nga mu mbeera eyo waggulu, eriyo okukkiriza kwa mirundi ebiri. Omuntu alina okukkiriza okumanye okufunibwa okuyita mu magezi, tasobola kufuna bulokozi wadde okufuna okuddamu eri okusaba kwe. Kyokka, okukkiriza kwe okumanye bwe kukyusibwa ne kufuuka okw'omwoyo olwo wabeerawo ebikolwa ebigoberera enkyukakyuka eyo. Olwo lwokka omuntu lwayinza okufuna obulokozi n'okufuna okuddibwamu eri okusaba kwe.

Olwo, tuyinza tutya okufuna okukkiriza okw'omwoyo okuweebwa Katonda?

Okusobola okufuna okukkiriza okuweebwa-Katonda, tulina okuteeka Ekigambo kye tumanyi mu bikolwa. Tulina okusaba okusobola okufuna obujjuvu bw'Omwoyo okutuggyamu agatali mazima okuzzaawo amazima. Olwo nno, tusobola okufuna okukkiriza okw'omwoyo okuva waggulu gye tukoma okutambulira mu mazima. Kino okusobola okubaawo, Omwoyo Omutukuvu alina okutuyamba okutegeera amazima n'okweggyako ebibi. Yensonga lwaki wagamba, "ku bw'Omwoyo Oyo."

Ekyawandiikibwa era kigenda mu maaso n'okwogera nti, "n'omulala ebirabo eby'okuwonyanga, ku bw'Omwoyo Oyo omu." Ekirabo eky'okuwonya kwe kuwonya n'essaala endwadde ezimu ezireetebwa obuwuka obumu. N'endwadde ezimu enzibu zisobola okuwonyezebwa omuntu bwasabirwa omuntu alina ekirabo eky'okuwonyezebwa.

Omuntu bwayonoona, kyokka ne yeenenyeza ddala era n'asaba eri Katonda, Katonda ayinza okumukwatirwa ekisa n'amuwonya. Ne mu mbeera ng'eno, bwafuna okusaba okuva eri omuntu alina ekirabo eky'okuwonya, asobola okuwonyezebwa amangu ddala.

Kale embeera zibeera za njawulo okusinziira ku kika ky'obulwadde. Eky'okulabirako, omuntu bwabeera ne kansa ng'agenze wala, ayinza obutawonyezebwa mu lusaba lumu. Kansa ayinza okuba yayingira n'akula munda mu ye kubanga yali tatambulira mu Kigambo kya Katonda. Omutima gwe yabeeranga yeeyongera ku gwonoona buli ntakera ng'eno bwazimba ekisenge ky'ebibi wakati we ne Katonda, kale sikyangu ye okukkiriza amazima. Yafuna obujanjabi obwa buli kika, kyokka byonna ne birema, olwo nalyoka ajja okwesigama ku Katonda. Bwe kiti bwe kiri eri abantu abasinga obungi.

Abantu ng'abo balina emitima agy'akakanyala. Bwe bawuliriza Ekigambo, babeera mu kubuusabuusa era tebasobola kumala gategeera mu bwangu awo. Kyokka bwe baggulawo omutima gwabwe, ne beenenya, era ne bafuna n'okukkiriza, basobola okuwonyezebwa mu kusaba okw'omulundi ogumu mu wiiki ng'emu oba okussukawo.

Era tekitegeeza nti abo bokka abalina ekirabo eky'okuwonyezebwa be basobola okuwonya endwadde okuyita mu kusaba. Obulwadde busobola okugenda n'essaala ey'omuntu omutuukirivu (Yakobo 5:16). Abantu abangi bwe basabira mu mirimu egy'Omwoyo Omutukuvu, asobola okuwona. Kiri bwe kityo lwakuba essaala ejjudde okwagala ejja kukwata ku mutima gwa Katonda.

Era, bw'olaga okukkiriza okulungi, Katonda asobola okulaga emirimu Gye. Eky'okulabirako, Akulira seero bw'asabira omu ku bamemba ba seero, memba oyo n'awona. Kiba bwe kityo lwakuba Katonda akola okusinziira ku kukkiriza kwaffe nga bwe kyayogerwa nti, "Kikukolerwe kubanga okukkiriza."

Kyokka wadde omuntu alina ekirabo eky'okuwonya abalwadde, omulwadde oyo tajja kuwona bwanaaba talina kukkiriza. Yesu bwe yazibula amaaso g'abazibe, Yabagamba nti, "Nga bwe mukkirizza kibeere gye muli bwe kityo" (Matayo 9:29). Kale bwe tutyo, tetulina kumala galeeta muntu atalina kukkiriza okusabirwa eri omuweereza wa Katonda alina ekirabo eky'okuwonya. Kyokka wadde guli gutyo, ne bwe babeera n'okukkiriza okutono ennyo, Katonda ajja kubakolera ng'okukkiriza kwabwe bwe kwenkana.

Olumu Katonda akola mu ngeri ez'enjawulo eri abo abatalina kukkiriza. Bwalwala kubanga yali tatambulira mu mazima kubanga yali tagamanyi. Katonda ajja kumuwonya bw'abeera ng'omuntu oyo ajja kubeera mwesigwa mu kutambulira mu bulamu obw'ekikristaayo nga takyukakyuka kasita amala okuloza ku maanyi ga Katonda. Era, omuntu bwasabira obulokozi bw'omuntu oyo, Katonda asobola okumuwonya ng'ekyokuddamu eri essaala ze.

Waliwo ebyaliwo eby'enjawulo bingi mu Bayibuli, era tulina okutegeera era twawulewo mw'ebyo ebyakolebwa tusobole okuwa amagezi amatuufu. Omuntu bw'aba yasabirwa, kyokka n'atawona, omukulembeze alina okuba ng'ategedde ensonga, bwatyo n'alung'amya omuntu oyo bulungi.

Mu bantu abamu, bayinza okuba balina okusooka okwenenyeza ddala ne bayuzayuza ekisenge eky'ebibi kye baateeka wakati waabwe ne Katonda. Mu ngeri ng'eno tebayinza kuwonyezebwa ne bwe basabirwa emirundi emingi okujjako nga beenenyerezza ddala. Bwe kiba ng'abazadde beebaalina omutima omukakanyavu ennyo era nga baakola ebibi bingi, abaana baabwe bayinza okulwala. Mu mbeera nga zino abazadde balina okwenenya ennyo ebibi byabwe.

...n'omulala okukolanga eby'amagero, n'omulala obunnabbi (12:10)

'Okukola eby'amagero' kwe kukola ekintu omuntu kyatasobola kukola. Abantu bangi balemererwa okwawulawo wakati w'ekirabo eky'okuwonya n'okukolanga eby'amagero. Okukola eby'amagero kiri ku ddaala lya waggulu okusinga ku kirabo eky'okuwonya.

Eky'okulabirako, kibeera kirabo eky'okuwonya bwe tuwonya endwadde, obukosefu okukonziba okuyita mu kusaba kwokka so nga obulwadde obwo bwandibadde buwonyezebwa naddagala oba engeri endala ey'ekisawo. Kyokka kubeera kukola ky'amagero omuntu aliko obulemu, obutasobola kuwonyezebwa basawo, n'awonyezebwa oba ekibadde tekikola ne kiddamu okukola. Era kubeera kukola kyamagero embeera y'obudde n'obutonde bwe bikyusibwa n'okusaba.

Bwe tufuna ekirabo ky'okukola eby'amagero, tusobola n'okukyusa embala z'abantu. Batera okugamba nti tosobola kukyusa mbala yakulira mu muntu. Naye buli kimu kisoboka n'amaanyi ga Katonda.

Musa yali mukambwe nnyo. Naye okuyita mu myaka 40 ag'okutereezebwa, yafuuka omuntu omuwombeefu okusinga omuntu omulala yenna ku nsi ' (okubala 12:3).

Yokaana, gwe baayitanga 'mutabani w'eggulu okududuma', yakyuka ne bamuyitanga 'omutume ow'okwagala'. N'obusungu bwa Pawulo nabwo bwakyuka n'afuuka omuntu omuwombeefu okutuuka ku ssa nti yasanyukanga n'okwebazanga ne bwe yalinga mu kuyigganyizibwa. Bwe tufuna okukola eby'amagero, tusobola okukyusa embala yaffe n'ey'abantu abalala. Tusobola n'okuwonya endwadde ezitawona n'okukyusa embeera y'obudde.

Ekirabo kino eky'okukola eby'amagero kiweebwa abo bokka abatuufu mu maaso ga Katonda. Bwe tutuuka ku ddaala ery'okukkiriza nga tusobola okulaga okwagala kwaffe eri Katonda ku ddaala erisingirayo ddala, tujja kutandika okusaba okugenda ebuziba, nga gwe mutendera kwe tusanyusiza Katonda mu bintu byonna. Tujja kunyiikira okusaba okulokola emyoyo egitabalika n'okufuna amaanyi ga Katonda. Okusaba kuno bwe kukung'anyizibwa, tujja kusobola okulaga ebintu ebyewuunyisa ebitasobola kukolebwa bantu.

Ekirabo eky'okuwa obunabbi kwe kwogera ku ebyo ebinaabaawo mu maaso eyo mu kulung'amizibwa Omwoyo Omutukuvu. Ensonga lwaki Katonda agaba ekirabo lwa kusanyusa, okuzimba n'okugumya (1 Abakkolinso 14:3).

Eky'okulabirako, kubanga kwogera bigambo nga, "Bwokola kino, waliwo ekintu gundi ekijja okubaawo."

Obunnabbi bulina kukolebwa nga ddala bwetaagisa mu kwagala kwa Katonda olw'okulung'amizibwa Omwoyo Omutukuvu. Tutera nnyo okuwulira abantu abagamba nti baafuna ekirabo eky'obunnabbi, naye nga ddala si kituufu. Olwo tuyinza tutya okumanya oba kituufu oba nedda?

Bw'aba awa obunnabbi n'agamba nti, "Olina okukola kino, n'okukola kiri," ebiseera ebisinga bubeera bunnabbi bwa bulimba oba ekirabo eky'obunnabbi eky'obulimba. Katonda takola ng'omusamize bwe yandikoze. Abantu abamu abagala okweraga beefuula abawa obunnabbi ne baleetera abalala okwesittala. N'olwekyo olina okubeera omwegendereza ennyo.

Olwo, lwaki abantu batabulwa nnyo olw'obunnabbi?

Waliwo ekigera eky'Omwoyo Omutukuvu, nga si bunnabbi. Ebiseera ebimu abantu abamu basobola okutegeera endowooza y'omuntu omulala nga bayambibwako Omwoyo Omutukuvu, bwe batyo ne balowooza nti bunnabbi.

Katugambe waliwo omuntu ategedde endowooza y'omuntu omulala olw'okulung'amizibwa Omwoyo Omutukuvu, era n'agamba nti omuntu oyo nti, "Olina okwongera okusaba. Olina okutya mu ggwe. Tolina kunakuwala wabula sanyukanga bulijjo" Buno si bunnabbi

Weewaawo kibeera kintu kirungi eri omuntu oyo ekigambo bwe kiweebwa mu kulung'amizibwa kw'Omwoyo Omutukuvu. Naye oyo akiwa ne gwe bakiwa, tebalina kulowooza nti bunnabbi.

Naye bw'oba nga ddala tonywedde era nga totukuziddwa, tolina kuwa muntu magezi ng'ago, wadde osaba nnyo. Kiri bwe kityo lwakuba towulira ddoboozi lya Omwoyo Omutukuvu bulungi nnyo. Ate tosobola n'akumanya oba nga gw'obigamba binnaamwesittaza oba nedda ng'amaze okuwulira amagezi g'onooba omuwadde.

Kijja kyokka omuntu asaba ennyo era ng'ali mu kisa kya Katonda okufuna okulung'amizibwa n'okuwulira eddoboozi ery'Omwoyo Omutukuvu. Naye bw'aba akyalina enjaliiro ku liiso lye, aba tagwanidde kuwa balalala magezi. Bwe twogera ku buntu obuli mu maaso g'abanaffe, kyokka nga tulina enjaliiro ku maaso gaffe, olwo emirimu gya Setaani nagyo gijja kusituka.

Obunnabbi tebuweebwa na birowoozo by'abantu. Katonda bwawa obunnabbi, Atambuza omutima n'olulimi eby'omuntu oyo. Owulira ng'ali mu bbanga ng'oseeyeeyeza eyo ng'olinga atalina mubiri gwo. Obeera tomanyi na byoyogera kubanga ojjuziddwa Omwoyo Omutukuvu. Buno bwe bunnabbi.

Omuntu bwajjuzibwa Omwoyo Omutukuvu mu kusaba, olulimi lwe luyinza okukankana, naye ebigambo ebyogerebwa mu kiseera ekyo, sibubeera bunnabbi.

Omuntu atalina bibala bya Mwoyo gamba nga obugumiikiriza, okwegenderereza, obuwulize era nga tatambulira mu mazima mu bujjuvu, n'abaako byayogera ng'asaba ng'ajjudde Omwoyo, tetusobola kugamba nti ebigambo byayogedde bunnabbi. Abantu abamu batera okubitabula nga balowooza ali mu kuwa bunnabbi, ebigambo ebimu bifubutukayo mu mmeeme zaabwe bwe babeera basaba.

Obunnabbi kirabo ekiweebwa abo abagondera Ekigambo kya Katonda, nga tebalina kibi mubo, era nga batukuzibwa okuyita mu kusaba okw'amaanyi. Omuntu ng'oyo abeera agondera Katonda ekiseera kyonna era nga mulongoofu mu mutima; talina bulimba mu ye oba obutali butukirivu tebufubutuka mu kamwa kwe.

Nolwekyo, kizibu ddala okusisinkana bannabbi abatuufu mu biro bino ebijjudde obubi. Embeera nnyingi mwebaweera obunnabbi obw'obulimba nga bufubutuka mu birowoozo byabwe bo, okuyita mu mirimu gya Setaani, na bwe kityo, tulina okubeera abeegendereza ennyo okwawulawo ekituufu.

...n'omulala okwawulanga emyoyo, omulala engeri ez'ennimi, (12:10)

'Okwawula emyoyo' kitegeeza 'okumanya okwagala kwa Katonda'. Tujja kutegeera amateeka ag'ensi ey'omwoyo bwe tutegeera okwagala kwa Katonda. Eriyo amateeka mu bwakabaka bwa Katonda, era okutegeera amateeka gano aga Katonda, tulina okugondera Ekigambo mu bujjuvu. Abo abagondera amateeka ga Katonda, ne batuuka ne mu kiwonvu eky'enzikiza, be basobola okufuna ekirabo eky'okwawulanga emyoyo.

Tetusobola kwawula mwoyo ku lwaffe. Kisoboka nga tulung'amiziddwa Omwoyo wa Katonda. Tusobola okufuna ekirabo eky'okwawula emyoyo bwe tugondera Katonda mu bujjuvu.

Bwe tuyingira mu mutendera omujjuvu ogw'okwawula

emyoyo, tusobola okwawula eky'omubiri ku ky'omwoyo. Tusobola n'okwawula obulungi eddoboozi ery'Omwoyo Omutukuvu, ebirowoozo byaffe, obulungi n'obubi, amazima ku bulimba.

Bwe tubeera n'ekirabo eky'okwawula emyoyo, tuyinza n'okulaba ekintu ekiringa olufu olukutte ennyo okwetooloola abantu abakwatagana n'emyoyo emibi oba abafuna emirimu egitawaanya egy'emyoyo emibi. Era tusobola n'okukiraba mu maaso g'abantu abo.

Okufuna ekirabo eky'okwawula emyoyo, nga bwe kyogeddwa waggulu, tulina okugondera Ekigambo kya Katonda mu bujjuvu. Bwe tugonda mu bujjuvu, tusobola okuwulira eddoboozi ery'Omwoyo Omutukuvu obulungi bwe tutyo ne tusobola okugoberera okwagala kwa Katonda. Olwo nno, tusobola n'okwawula emyoyo mu maanyi ga Katonda.

Naye nga tetulina kulowooza nti tugonda so nga ate tuli mu kujeema. Okugondera Katonda mu bujjuvu, ebirowoozo byaffe birina okuzibibwa. Kwe kugamba, tulina okuzikiriza ebirowoozo byaffe n'endowooza zaffe.

2 Abakkolinso 10:3-6 wagamba, "Kuba newakubadde nga tutambulira mu mubiri, tetulwana kugobereranga mubiri, kubanga eby'okulwanyisa eby'entalo zaffe si bya mubiri, naye bya manyi eri Katonda, olw'okumenya ebigo. nga tumenya empaka za buli kintu ekigulumivu ekikulumbazibwa okulwana n'okutegeera kwa Katonda, era nga tujeemula buli kirowoozo okuwulira Kristo era nga tweteeseteese okulwana eggwanga ku

butagonda bwonna, okugonda kwammwe bwe kulituukirira."

Wano,'entalo' ntalo za mwoyo. Okuwangula mu lutalo olw'omwoyo, tulina okusuula eri enjigiriza zonna ze tukkiririzaamu nga tulowooza mbu ntuufu, tweggyeko okwekulumbaza, Katonda abikyawa ebyo. Na bwe tutyo bwe tugondera Ekigambo kya Katonda mu bujjuvu, enkambi y'omulabe Setaani ejja kumenyebwa era Katonda bwatyo atukulembere mu kubeera obulungi. Ensonga lwaki tetusobola kwawula myoyo, wadde nga tuyinza okulowooza nti tumanyi amazima, nti tusaba nnyo, era nti tulina okukkiriza, lwakuba tukyeteeka mu kifo kya Katonda tulemereddwa okuzikiriza endowooza zaffe n'enjigiriza.

Ekiddako, ekirabo ky'ennimi kwe kwogera mu nnimi endala ku bw'Omwoyo Omutukuvu. Buli muntu alina 'ennimi' ez'enjawulo mu kirabo ky'ennimi. Abantu bangi basabira mu nnimi eziwulikika nga ennimi ez'enjawulo, kale ekyawandiikibwa kigamba, 'engeri ez'ennimi'. Bwe tugenda mu maaso n'okusabira mu nnimi, tulaba nti nazo tusobola okuzigendamu ku mutendera ogw'ebuziba, Olulimi gye lukoma okukyuka, gye kikoma okulaga nti ate tweyongeddeyo ku ddaala mu mwoyo.

Omuntu yenna afunye Omwoyo Omutukuvu asobola okusaba mu nnimi. Naye olumu omuntu ayinza okulemererwa okusaba mu nnimi wadde nga afunye Omwoyo Omutukuvu. Eky'okulabirako kiyinza okubeera eky'omuntu ow'ensonyi atayagala kusabira waggulu ng'abantu abalala we bali.

Katonda ayagala abaana Be abafunye Omwoyo Omutukuvu

bulijjo okubeeranga obulindaala basabe basobole okujjuzibwa Omwoyo. Bwe tujjula Omwoyo, ekyokwogera mu nnimu kijja kwereeta kyokka. Tusobola okukifuna nga tukung'anye okusaba ne banaffe, oba nga tusaba ffekka

Era, olumu ekirabo eky'ennimi ez'enjawulo n'ekirabo eky'obunnabbi biyinza okujjira okumu. Mu Bayibuli tusobola okulaba we baasabira mu nnimi n'okuwa obunnabbi mu kiseera kye kimu. Embeera ez'ekika kino zituukawo Olw'abantu okubeera nga basanyusizza nnyo Katonda (Ebikolwa 19:6). Si kyangu okufuna ekirabo eky'obunnabbi. Naye ekirabo eky'ennimi kiyamba nnyo mu bulamu bwaffe obwa bulijjo obw'okusaba, era nga kyangu kya kufuna.

Emiganyulo gy'okusaba mu nnimi. Ogusooka, tusaba bulungi. Amaaso gaffe ag'omwoyo gajja kubikkulwa bwe tusaba ennyo mu nnimi. Kitegeeza nti tujja kutegeera Ekigambo bulungi nnyo mu mwoyo kubanga tujja kubeera tujjudde Omwoyo.

Bwe tuyingiza Ekigambo kya Katonda nga tujjudde Omwoyo olw'okwogera mu nnimi, amaaso gaffe ag'omwoyo ganguwa okubikuka okutegeera Ekigambo.

Tetumanyi kiseera kyaffe eky'omumaaso bwe kinaaba. Tetumanyi na kigenda kubaawo mu ssaawa eziddako. Naye Omwoyo mu ffe amanyi. Olw'okuba omwoyo waffe amanyi obuzibu obuyinza okutuukawo oba ebizibu ebitwolekedde, omwoyo waffe ajja kusaba eri Katonda.

Mu kulung'amizibwa Omwoyo Omutukuvu, omwoyo waffe ajja kusaba Katonda, "Waliwo obuzibu obuli mu maaso tuyambe buleme kubaawo." Katonda ajja kukkiriza okusaba kuno, n'awa omuntu amagezi ag'okuwonamu, buli kimu n'akikola lw'obulungi. Tuyinza n'okugoba ebigezo n'okusomoozebwa bwe tusaba mu nnimi.

Olw'okuba mwoyo waffe yasaba, kijja kyokka ne tusabira ebintu ebikulu ku lwaffe. Weewaawo, ebintu ebisinga obukulu si bintu eby'omubiri wabula eby'omwoyo. Bw'oba olina obusungu, omwoyo waffe ajja kusaba osobole okubweggyako. Olwo nno Katonda asobola okutuyamba okubweggyako. Mu ngeri y'emu, omwoyo waffe asabira ekyo kye tusinga okwetaaga, era tusobola okufuna eky'okuddamu mu bwangu ddala.

Omulabe Setaani tebasobola kutegeera kusaba kuno okw'omwoyo, nga kwe kusaba mu nnimi, kale tasobola kutaataaganya ssaala yaffe. Okujjako nga tufunye ekirabo eky'okuvuunula ennimi, tetutegeera bisabibwa mu nnimi. Omwoyo gwaffe yekka ne Katonda be bategeera ebyogerebwa.

Omulabe setaani bwategeera omutima gwaffe ajja kugezaako okututawaanya. Eky'okulabirako, Omuntu atakuuma lunaku lwa Katonda nga lutukuvu bwasalawo okugendanga ku kanisa Sande ejja, omulabe setaani ajja kumuleetera okufuna eky'okukola ku lunaku olwo, oba okubaako abantu basisinkana n'alemererwa okugenda ku kkanisa ku Sande nga bwe yabadde ateeseteese.

Bwe tubeera n'ekizibu ekitwolekedde, ne tusaba mu nnimi, omulabe setaani takitegeera kale tatutaataaganya. Bwatyo katonda ajja kuwulira okusaba kwaffe era atuwe obuddukiro.

Nga tusaba mu nnimi, tusobola okugenda ebuziba mu

Varios dones del Espíritu Santo

nsi ey'omwoyo. Tusobola okusaba obulungi era ne twongera okujjuzibwa Omwoyo Omutukuvu, n'olwekyo kiyamba nnyo ffe okufuna amaanyi. Abo abalaga amaanyi ga Katonda boogera mu nnimi okusinziira ku bwetaavu. Kizibu nnyo okutuuka ku ddaala eryonga toyogera mu nnimi, kubanga si kyangu okuyita amaanyi ga Katonda okukka okuva mu ggulu. Okwogera mu nnimi kirina emiganyulo egy'enjawulo era Katonda ayagala akiwe buli muntu.

...N'omulala okuvvuunuzanga ennimi: naye ebyo byonna Omwoyo oyo omu Ye abikola, ng'agabira buli muntu kinnoomu nga Ye bw'ayagala. (12:10-11)

Okuvvuunuza ennimu kwe kunyonnyola ennimi olw'okujjuzibwa Omwoyo Omutukuvu. Naye abantu abamu babitegeera bubi nga balowooza ebivunuddwa bye bituufu so nga si kyo. Eky'okulabirako, bwe babeera basabira mu nnimi, bwe batandika okwogera mu nnimi z'abantu eza bulijjo, balowooza bali mu kuvuunula nnimi.

Naye nga si bwe kiri. Ebiseera ebimu tusobola okukola ekyo bwe tubeera ebuziba mu kwogera ennimi. Omuntu bwaba atuuse ku mutendera ogw'ebuziba n'okutuuka okuyimba mu nnimi endala, asobola okulung'amizibwa ennyo Omwoyo n'atandika okusabira mu lulimi olulwe ng'asabira ebintu byatalowoozanganako. Naye eno ebeera essaala ey'omutima ogw'ebuziba so si okuvunula ennimi.

Okuvvuunuza ennimi si kimala gaweebwa. Kiweebwa omuntu agenze ebuziba mu kutukuzibwa oba oyo omuntu ow'enjawulo alina okukifuna ku lw'ekigendererwa kya Katonda. Okusobola okufuna ekirabo eky'obunnabbi oba okuvvuunuza ennimi, omuntu alina okubeera n'obusobozi obufuga ebirowoozo bye.

Kiba bwe kityo kubanga bwe babeera tebasobola kufuga birowoozo byabwe, basobola okutabula ebirowoozo byabwe, n'ebyo ebiweeredwa Katonda. Naddala, Katonda tawa birabo ng'ebyo abo abatatambulira mu mazima. Bwakiganya basobola okuyingirirwa emirimu gya Setaani.

Mu birabo eby'enjawulo, waliwo ebirabo ebiweebwa buli muntu so nga eriyo ebirabo ebiweebwa lwe kyetaagisizza lwokka. Ekigambo eky'amagezi, ekigambo ky'okutegeera, okukkiriza, okwawula emyoyo, n'okwogera mu nnimi, biweebwa omuntu yenna, bw'aba yeetegese.

Gye tukoma okufuna ebirabo eby'omwoyo, gye tukoma okubeera n'amaanyi n'okuwuliziganya okuva eri Katonda. Tulina okusaba nga bwe kyetaagisa, wabula olw'okulung'amizibwa Omwoyo Omutukuvu. Olumu ebeerayo ebizibu ebiva ku bantu abamu obutategeera bulungi ebirabo eby'Omwoyo. N'olwekyo, tulina okuyaayaana okufuna ebirabo wabula nga tutegeera bulungi n'okusaba mu ngeri entuufu, okusobola okutuukiriza obwakabaka n'obutuukirivu ebya Katonda obulungi.

Tuli Mubiri gwa Kristo

> Kuba omubiri nga bwe guli ogumu ne guba n'ebitundu ebingi, n'ebitundu byonna eby'omubiri, newakubadde nga bingi, gwe mubiri gumu, era ne Kristo bwatyo. Kubanga mu Mwoyo omu fenna twabatizibwa okuyingira mu mubiri gumu, oba Bayudaaya oba Bayonaani, oba baddu oba ba ddembe, ffenna ne tunywesebwa mu Mwoyo omu. (12:12-13)

Eriyo ebitundu by'omubiri bingi gamba nga amaaso, ennyindo, omumwa, emikono, n'ebigere. Ebitundu bingi naye omubiri guli gumu. Kye kimu ne Kristo. Mukama ye muzabbibu ffe matabi, era tuli omu (Yokaana 15:5).

Lwaki ekintu nga kino kyawandiikibwa? Lwakuba kinnyonyola ku bibala omwenda eby'Omwoyo Omutukuvu. Tulina omubiri gumu, naye ebitundu by'omubiri bya njawulo okuva ku mubiri ogumu omulamba. Omwoyo Omutukuvu ali omu, naye eriyo ebibala mwenda eby'enjawulo eby'Omwoyo Omutukuvu. Byonna biri kimu mu Mwoyo Omutukuvu.

Ebibala byonna omwenda biva mu Mwoyo Omutukuvu era nga ffenna bwe tuli mu Kristo Omu.

Abayudaaya be bantu ba Katonda abalonde. Wabula wadde guli gutyo, amakulu g'ekigambo 'Abayudaaya' leero, kitegeeza abakkiriza. N'olwekyo, abakkiriza bonna bayitibwa Bayudaaya nga be balonde mu makulu ag'omwoyo. Abayonaani be B'amawanga. Abamawanga baali tebamanyi Katonda, kale mu makulu agaleero be batali bakkiriza.

N'olwekyo, 'oba Bayudaaya oba Bayonaani, oba baddu oba ba ddembe, kitegeeza buli muntu, oba bakkiriza oba abatali bakkiriza oba bagagga oba baavu, oba balina obuyinza n'ebitiibwa oba nedda. N'abamawanga abatali bakkiriza, bwe bawulira enjiri era ne baggulawo emitima gyabwe, era ne bafuna okubatizibwa okw'Omwoyo Omutukuvu, bafuuka omu mu mubiri gwa Kristo. N'olwekyo, tewali muntu yenna ali waggulu oba wansi wa munne mu Kristo okusinga omulala yenna. Ffenna tuli baana ba Katonda era tuli baluganda mu Kristo.

Bwe tufuna Omwoyo Omutukuvu, tusobola okutegeera Ekigambo kya Katonda, ne tweggyako ebibi era ne tutambulira mu butuukirivu. Ffenna ne tunywesebwa mu Mwoyo omu kwe kweggyako ebibi olw'okulya omubiri n'okunywa omusaayi gwa Mukama.

Kubanga n'omubiri si kitundu kimu, naye bingi. Ekigere bwe kyogera nti, "Kubanga siri mukono, siri wa ku mubiri", olw'ekyo tekibeera ekitali kya ku mubiri. Era okutu bwe kwogera nti, "Kubanga siri liiso, siri wa ku mubiri, olw'ekyo tekubeera okutali kwa ku mubiri. Omubiri gwonna singa liiso, okuwulira kwandibadde wa? Gwonna singa kuwulira, okuwunyiriza kwandibadde wa? (12:14-17)

Tulina ebitundu by'omubiri bingi. Singa kyali kisoboka ebigere okulowooza nti, "Emikono gye gikwata mu ngalo z'abalala, gisobola okukola ekintu kyonna kye gyagala. Naye ffe tetulina kye tusobola kukola, era tetulina mugaso guli awo nga mikono. Kiringa nti ffe tetuli kitundu ku mubiri"? Naye nga ebigere biri ku mubiri ogwo gumu.

Kye kimu n'amatu. Singa amatu gaali gakwogera nti, "Amaaso gasobola okulaba firimu n'ebimuli ebirungi era bagagala nnyo era gafiibwako nnyo, nnyini mubiri. Naye ffe, teri atufaako. Naffe tulinga abatali kitundu ku mubiri guno." Naye nga ne bwe boogera batyo bali kitundu ku mubiri ogwo.

Singa omubiri gwonna gwali maaso tegwandiwulidde. Gusobola okulaba firimu naye guba tegusobola kuwulira. Oba, singa omubiri gwonna gwali matu, tegwandisobodde kulaba oba okuwunyiriza. Tegwandiwunyiriza obuwoowo obulungi obw'ebimuli.

Naye kaakano Katonda yassaawo ebitundu buli kinnakimu mu mubiri, nga bwe yayagala. Era byonna singa kyali kitundu kimu, omubiri gwandibadde wa? Naye kaakano ebitundu biri bingi, naye omubiri gumu. (12:18-20)

Katonda yatonda eggulu n'ensi na buli kintu kyonna ekirimu n'Ekigambo Kye. Tewali kintu kyava mu kirala ekiriwo leero oba ekyekanga nga weekiri bubeezi. Katonda Yabitonda n'amagezi Ge, era ebitundu byonna eby'omubiri biri mu kifo ekibisaanira obulungi. Amaaso, ennyindo, omumwa, n'amatu byonna byateekebwa mu kifo ekisaanidde mu kukola obulungi omulimu gwabyo.

Ekyawandiikibwa waggulu kigamba Naye kaakano Katonda yassaawo ebitundu buli kinnakimu mu mubiri, nga bwe yayagala. Katonda bwe yatonda Adamu, Yamukola mu ngeri esingayo obulungi. Kye kyali kisingako Adamu okubeera n'amaaso abiri, amatu abiri n'omumwa.

Naye nga gano amakulu ga kungulu. Kati katunule ku makulu ag'omwoyo.

Yesu yateekawo ekkanisa olw'okuyiwa omusaayi Gwe. N'olwekyo omukulu w'ekkanisa ye Yesu Kristo era nga Katonda ye Mukama w'omuntu. Omwoyo Omutukuvu naye akola mu mubiri gwa Kristo okusobola okutuukiriza obwakabaka n'obutuukirivu bwa Katonda okuyita mu bibala omwenda eby'Omwoyo Omutukuvu. Olwa kino kye wava wabeerawo obuvunaanyizibwa n'ebifo eby'enjawulo mu kkanisa.

Nga bwe kyayogeddwa mu ssuula 12 n'essuula 5, waliwo engeri ekkanisa gyetambuzibwamu nga mulimu ebifo bingi gamba nga abasumba, abakadde, ba siniya dinkoni N'abalala. Mubeeramu n'obuvunaanyizibwa obw'enjawulo gamba nga okukulira seero, okukulira ebibiina eby'enjawulo, abasumba b'ekitundu, bannakyewa, abakebezi, abayimbi, Abasomesa b'abaana n'ebirala.

Omubiri gwa Kristo guli gumu. Naye eriyo ebitundu by'omubiri eby'enjawulo era nga bye bituukiriza obwakabaka bwa Katonda n'obutuukirivu. Nga bwe waliyo ebitundu ebingi ebikola omubiri, eriyo ebitundu bingi ebikola ekkanisa nga gwe mubiri gwa Kristo.

Obuvunaanyizibwa bwonna bukulu. Eky'okulabirako, tetulina kulowooza nti abo abakola obwa nnakyeewa gamba nga mu kisenge mwe baliira si bakulu olw'okuba tabamanyiddwa balala. Essaawa okukola obulungi, buli kitundu mu yo kirina okubeera nga kikola bulungi. Tewali kitundu kitalina mugaso oba kinene oba kitono. Mu ngeri y'emu, tuyinza okulowooza mu ngeri ey'abantu nti obuvunaanyizibwa obumu businga ku bulala, naye nga mu ndowooza ya Katonda, obuvunaanyizibwa bwonna bwa mugaso.

Mu makulu ge gamu, ebibala byonna omwenda eby'Omwoyo Omutukuvu bya mugaso ku lw'obwakabaka bwa Katonda n'obutuukirivu. Eky'okulabirako, tetusobola kugamba nti ekirabo ky'okwogera mu nnimi si kya mugaso kubanga abantu bangi bakifuna. Kikulu nnyo kubanga tuyinza okusaba ennyo ne tuyingira mu ddaala ery'omwoyo ery'ebuziba eriggula amaaso gaffe ag'omwoyo n'okufuna amaanyi n'ekirabo eky'okwogera mu nnimi.

Bwe tutafuna kirabo eky'ekigambo eky'amagezi, olwo tubeera tetusobola kutegeera Kigambo nga tukitegeera kungulu kwokka. Tuyinza okumaliriza nga tufuuse kasasiro abalina obubeezi amagezi ag'obulokozi mu ngeri ey'okumanya obumanyi, bwe tutyo ne tutafuna bulokozi. Tetuyinza kufuna bulokozi awatali kukkiriza, kale ekirabo eky'okukkiriza nakyo kikulu nnyo.

N'ekirabo ky'okuwonya, tusobola okusiga okukkiriza mu balala. N'ekirabo ky'okukolanga eby'amagero, tuyinza okuyamba ababuusabuusa okutandika okukkiririza mu Katonda omulamu. Tusobola okwetegekera ebintu eby'omumaaso okuyita mu bunnabbi bwe tutyo tusobola okutambulira mu mazima. Twetaaga okwawula emyoyo, kubanga, awatali kirabo ekyo, tuyinza n'okulimbibwa bwe tutyo ne tukwata ekkubo ery'okuzikirira.

Bwe twogera mu nnimi, awatali kuzivvuunula, tetwanditegedde bye tusaba. Tuyinza n'okuwulira nga abatayagala kukifuna. Tutegeera obukulu bwokwogera mu nnimi okuyita mu kuzivuunula. yensonga lwaki abantu beegomba okukifuna era nga bafuna nnyo mu kukkiriza kwabwe. N'olwekyo tewali kirabo kyonna mu birabo omwenda eby'Omwoyo Omutukuvu ekitali kikulu oba ekisinga ku binaakyo obukulu oba okuba ekya wansi.

N'eriiso teriyinza kugamba mukono nti, 'Ggwe sikwetaaga, oba nate omutwe okugamba ebigere nti, 'mmwe sibeetaaga.' (12:21)

Amaaso gaffe gafiibwako nnyo okusinga ebitundu by'omubiri byonna. Naye amaaso tegayinza kutandika kwekulumbaza ne gagamba emikono nti, "tetubeetaaga." Enfuufu bwegenda mu maaso, emikono gye giyinza okuyamba mu mbeera eyo. Era n'amaaso gaffe tuyinza okugawunda obulungi nga tukozesa emikono gyaffe. Mu ngeri y'emu awatali maaso emikono tegiyinza kumala gakola bintu mu bwangu. Amaaso n'emikono byombi bya mugaso era byombi biyambagana.

Era, omutwe teguyinza kugamba bigere nti tebirina mugaso olw'okuba omutwe gwe gulina obwongo era mwe muva amagezi. Ebigere bwe bitatambula, olwo omutwe gujja kubeera mu kifo kimu ng'omuti okutudde ekitaala. Kyokka n'ebigere tebirina mugaso awatali mutwe, kale byombi bya mugaso.

Kye kimu n'abakozi b'ekkanisa. Balina okukolaganira awamu mu bifo byabwe nga ekyuma ekiteereddwamu woyilo obulungi. Bwe kitabaamu woyiro amala, kwe kugamba, ng'ebyuma ebimu byekuuta ku birala olw'obujeemu, buli memba ajja kubonaabona, era omulimu tegujja kutuukirizibwa. Tusobola okutuukiriza obwakaba n'obutuukirivu bwa Katonda bwe tugondera ddala mu bujjuvu olwo buli kimu kinaatambula bulungi.

Naye ekisinga ennyo, ebitundu bino eby'omubiri ebirowoozebwa okubeera ebinafu byetaagibwa; n'ebyo eby'oku mubiri bye tulowooza obutaba na kitiibwa nnyo, bye twambaza ekitiibwa ekisinga obungi, n'ebitundu byaffe ebitali birungi bye bisinga okubeera n'obulungi. Naye ebirungi byaffe tebyetaaga, naye Katonda yagattira ddala wamu omubiri, ekitundu ekibulako ng'akiwa ekitiibwa ekisinga obungi. walemenga okubeera okwawula mu mubiri, naye ebitundu biyambaganenga bumu byokka na byokka. Era ekitundu ekimu bwe kibonaabona, ebitundu byonna biboonerabonera wamu nakyo, oba ekitundu ekimu bwe kigulumizibwa, ebitundu byonna bisanyukira wamu nakyo. Naye mmwe muli mubiri gwa Kristo, n'ebitundu byagwo, buli muntu. (12:22-27)

Mu bitundu by'omubiri, ennyindo eyinza obutabeera nnyonjo nga bitundu birala. Munda mu nnyindo si mubeera muyonjo. Naye, tuyinza okugamba ennyindo nti, "Oli muccaamu tosaana mu bantu?" Ekitubeeza abalamu kwe kubeera nti tussa okuyita mu nnyindo. Tusobola okutegeera omugaso gw'ennyindo bwezibikira olw'ekintu nga yegu.

Obwoya bw'omunnyindo buyinza okulabika ng'obutalina mugaso, naye bwebusengejja enfufu n'etagenda mu mubiri emibiri gyaffe n'egibeera emiramu. N'obuntu obutono ng'obwo bwatondebwa okukola omulimu omukulu ng'ogwo. Katonda yawa ekitiibwa obutundu bw'omubiri obutono kale tebuyinza kusuulibwa eri!

Lwaki ebyawandiikibwa ebyo byogera ekyo? Kubanga Olw'omwoyo, nga ye mukama waffe, buli kimu – emikono, amaaso, amatu, n'omutwe – bikulu. Mu ngeri y'emu, mu maaso ga Katonda obuvunaanyizibwa bwonna mu kkanisa bukulu. Katonda akozesa emirimu egirabika ng'egitali gya kitiibwa olw'ekigendererwa eky'ekitiibwa. Katonda atuganya okubeera nga tutunuulira buli buvunaanyizibwa bwonna mu kkanisa ng'obw'omuwendo waleme okubaawo okukuubagana.

Emikono bwe gisunibwa, omubiri gwonna gubonaabona. Omukono ogumu bwe gutabaako, omukono omulala gunaakisanyukira? Kintu ekinakuwaza ennyo. Nga ebitundu byonna ebyekutte ku mubiri bwe biri eby'omugaso, kijja kyokka buli omu mu kkanisa okwagalana. Kye kimu ne mu maka, mu bantu ab'omu kitundu ekimu, ne mu bizinensi ez'enjawulo.

Varios dones del Espíritu Santo

Bwe wabaawo seero etaddewo okusaba okw'okuzza obuggya era ba memba baayo ne beeyongera, seero endala zonna zirina okujjaguliza awamu. Kiri bwe kityo lwakuba ekintu ng'ekyo kisanyusa omubiri gwabwe bonna, nga gwe mubiri gwa Kristo. So nga ate bwe kitabeera bwe kityo, ne bagikwatirwa obuggya era ne bakyawagana, kitegeeza nti omubiri gwabwe guli mu kuvunda n'okumenyeka. Kino bwe kituukawo tulina okutereeza ensonga amangu ddala.

Amagezi ga Paul gaali gakika kya waggulu kubanga gaali gava ku mirimu gy'Omwoyo Omutukuvu. Yatereeza ekkanisa ba memba b'ekkanisa basobole okutegeera okwagala kwa Katonda baleme okukwatirwa banaabwe obuggya. Ekiddako, yabasomesa obuvunaanyizibwa obw'enjawulo mu kkanisa ekifo mwe bugwa okusinziira ku kwagala kwa Katonda, basobole okugoberera enkola ennung'amu mu kutambuza eby'ekkanisa. Yanyonnyola nti obwakabaka n'obutuukirivu bwa Katonda bujja kutuukirizibwa singa enkola ennung'amu ey'ebintu bwe birina okutambuzibwa egobererwa bulingi.

Tetuyinza kugamba, "Bwe tuba nga ffenna twenkana mu Kristo, olwo lwaki nina okugondera omuntu omulala?" Omukono ogwaddyo bwe gubeera nga gwe gukola emirimu egisinga obungi, omukono ogwakkono tegulina kugukwatibwa buggya. Balina okusanyuka era ne bakolera wamu okuleetera buli kimu okukola olw'obulungi. Enkola eno yerina okugobererwa. Yensonga lwaki abasooka mu kkanisa be batume, ab'okubiri bannabbi; ab'okusatu abayigiriza; ne kuddako eby'amagero, ebirabo eby'okuwonya..n'ebirala.

Engeri Ekkanisa Gy'erina okutambuzibwamu

> Era Katonda yassaawo mu kkanisa abalala, okusooka abatume ab'okubiri bannabbi, ab'okusatu bayigiriza, nate eby'amagero, nate ebirabo eby'okuwonyanga, abayambi, abafuga, aboogezi b'ennimi. (12:28)

Enkola eno ennung'amu teyateekebwawo bantu wabula Katonda. Omutume, yanyonnyodde dda, nga ye muweereza akkirizibwa Katonda era nga yeewaayo yenna eri Katonda. Talina birowoozo bye ye wabula agondera kwagala kwa Katonda kwokka ekiseera kyonna.

Agonda okutuuka :.e kussa ery'okuwaayo obulamu bwe ye okusobola oku:uukiriza obuvunaanyizibwa bwe mu bujjuvu, Nga Mukama bwe yajja ku nsi kuno mu ngeri ey'omuddu n'awaayo obulamu Bwe okusinziira ku kwagala kwa Katonda. N'olwekyo, omutume alina okubeera n'ebisaanyizo ebimuyingiza Yerusaalemi Empya ng'eyo we wali namulondo ya Katonda.

Addako mu kifo ekiddako be bannabbi. Wano, bannabbi b'ebo abaayitibwa olw'okwagala kwa Katonda. Katonda asanyukira abaweereza abo nga Ye yennyini Ye yabawa okuyitibwa okwo. Era, Katonda asanyukira abo abafuuka, nga beeyagalidde, abaweereza Be okusobola okulokola emyoyo egiri mu kuzikirira.

Abaweereza abaayitibwa Katonda bajja kutendekebwa Katonda Yennyini. Kubanga yamanyi omuntu oyo bwanaakyuka oluvannyuma lw'okuyita mu kusoomoozebwa okw'okutereezebwa. Katonda yennyini ajja kutereeza bannabbi wamu n'abatume okubafuula ebikozesebwa ebituufu ku lulwe.

Abaweereza ab'ekika ekyo bafuba okutukuzibwa nga bwe batuukiriza emirimu gya Katonda. Tekikwata ku basumba bokka wabula ne ku bamemba aba bulijjo. Abakkiriza aba bulijjo abatuufu ddala mu maaso ga Katonda bafuba okweggyako ebibi ne batukuzibwa, ne bakyusa emitima gyabwe n'egifuuka ettaka eddungi, era ne batuukiriza obwakabaka bwa Katonda.

Eky'okulabirako, ba memba mu kibiina ekimu mu kkanisa gye babeerera mu mboozi nga bwe baseka n'okunyumirwa mu nkung'aana zaabwe, ba memba mu kibiina ekirala babeera mukugezaako okutuukiriza obwakabaka bwa Katonda nga babuulira enjiri, nga balabirira ba memba abalala, basiiba, n'okusaba. Omuntu bwagezaako okugaziya obwakabaka bwa Katonda mu ngeri eno, Katonda asobola okumuteeka mu kifo ekya waggulu eky'obutume.

Ab'okusatu be bayigiriza. Katonda ateeka abayigiriza mu kifo ekya waggulu. Wateekwa okubaawo okuyigiriza mu kkanisa kubanga okukkiriza kuva mu kuwulira Ekigambo. Bamemba b'ekkanisa basobola okuwulira ne bategeera amazima era ne bakwata ekkubo ery'obulamu bwe wabaawo abayigiriza. Naye si buli muyigiriza nti mutuufu. Abayigiriza abatuufu balina okusomesa nga bwe basobola, ne bw'abeera asomesa omuntu omu.

Ab'okuna be bakozi b'eby'amagero. Tusobola okwolesa Katonda Omulamu okuyita mu by'amagero. Wadde tunyiikira okusomesa Ekigambo kya Katonda, tekibeera kya mugaso nnyo bwe tutalaga bukakafu bwa Katonda omulamu. Abantu bangi bajja kugezaako okukuuma Ekigambo kye bawulidde mu mitima gyabwe era ne bakitambuliramu nga bamaze kulaba ku by'amagero ebikigoberera.

Nate, ebirabo eby'okuwonya. Kyangu okufuna ekirabo eky'okuwonya okusinga okufuna ekirabo eky'okukolanga eby'amagero. Tuddiza Katonda ekitiibwa era ne tuleetera okukkiriza kw'abalala okukula olw'okuwonya endwadde.

Kyokka era kikulu okuyambagana. Tusobola okuyamba abalala n'okusaba saako okubawa amagezi. Tusobola okubazzaamu amaanyi n'okubabudaabuda, oba okubayamba mu by'ensimbi. Tusobola okuweereza abalala era ne twewaayo ku lwabwe okusobola okufulumya evvumbe eddungi erya Kristo mu kutuukiriza obwakabaka n'obutuukirivu bwa

Katonda.

Ekiddako be bafuga. Tulina okusooka okufuga emitima gyaffe. Tusobola okufuga emitima gyaffe bwe tweggyako obubi n'obutali butuukirivu, ne tutukuzibwa, era ne tufuna ebibala omwenda eby'Omwoyo Omutukuvu. Omuntu ng'oyo ajja kuwambaatira abalala bangi n'omutima omunene. Tebagezaako kufuga balala lwa mpaka oba okukozesa ebigambo ebigumu wabula olw'okugonda n'okuweereza.

Waliwo n'okwogera mu nnimu ez'enjawulo. Tugenda ku ddaala ery'omwoyo ery'ebuziba bwe tunnyiikira mu kwogera ennimi. Tusobola okujjuzibwa Omwoyo, ebigezo eby'enjawulo n'okusoomoozebwa bigenda, era eby'okuddamu ne bituuka mangu olw'okwogerera mu nnimi, n'olwekyo nakyo kya muwendo.

Bonna batume? Bonna bannabbi? bonna bayigiriza? Bonna bakola eby'amagero? Bonna balina ebirabo eby'okuwonyanga, bonna boogera ennimi? bonna bavvuunula? Naye mwegombenga ebirabo ebisinga obukulu. Era mbalaga ekkubo erisinga obulungi. (12:29-31)

Si buli muntu nti asobola okulaga amaanyi oba okusomesa. Buli omu alina okutuukiriza obuvunaanyizibwa bwe ye, kyokka tulina okusaba okufuna ekirabo ekisingawo okusobola okwongera okugulumiza Katonda. Bwe tubeera n'ekirabo eky'okuwonya, tulina okwongera okunyiikira okusaba okusobola okulaga eby'amagero n'okugezaako okufuuka omuyigiriza, nnabbi, oba omutume. Kye kimu n'obuvunaanyizibwa obulala bwonna mu kkanisa. 'obuvunaanyizibwa obutono ddala, tulina okubutwala nti bwa muwendo era tuyaayaane okubukola n'okubukkiriza.

Essuula 13

OKWAGALA OKW'OMWOYO

Okwagala Okw'omwoyo N'okwagala Okw'omubiri

Ne Bwemba N'amaanyi Mangi N'okukkiriza

Okwagala Okw'omwoyo

Kye Twetaaga mu Ggulu Olubeerera kwe Kwagala

Okwagala Okw'omwoyo N'okwagala Okw'omubiri

Bwe njogera n'ennimi z'abantu n'eza bamalayika, naye ne ssiba na kwagala, nga nfuuse ekikomo ekivuga n'ebitaasa ebisaala. (13:1)

Ennyiriri ezisembyeyo ez'essuula 12 wagamba, "Naye mwegombenga ebirabo ebisinga obukulu. Era mbalaga ekkubo erisinga obulungi." Wano, ekirabo ekisingayo obukulu kwe kwagala. Yesu yatuukiriza Amateeka n'okwagala. Katonda Yennyini Ye yali alaze okwagala okukyasinzeeyo. Ensonga lwaki tugezaako okutuukiriza obwakabaka bwa Katonda n'obutuukirivu Bwe, kwe kutuukiriza 'okwagala'.

Okwagala okw'amazima Katonda kwayogerako kwe kuliwa?

Okutwaliza awamu okwagala kusobola okwawulwamu emirundi ebiri, okwagala okw'omwoyo, n'okwagala okw'omubiri. Okwagala Okw'omwoyo kuweebwa Katonda. Tekukyukakyuka era kwewaayo mu buli kimu. Okwagala okw'omubiri, kwo, kwenoonyeza byakwo. Era kukyuka mangu ekiseera bwe kiyitawo.

Mu nsi muno, eriyo okwagala okuli wakati w'abazadde n'abaana, ne wabaawo okuli wakati w'omwami n'omukyala, okuli wakati w'ab'oluganda, ne wakati w'ab'omuliraano n'emikwano. Obunyuvu bw'okwagala mu mbeera zino ez'enjawulo bwawukana.

Abantu bagamba nti okwagala okukyasinzeeyo kwe kw'abazadde. Ebiseera ebisinga, abazadde bagala okuwa abaana baabwe nga bo tebannafuna.

Wabula wadde guli gutyo, ekyekwese mu mukwano gw'abazadde guno kwe kwenoonyeza ebyabwe. Bagala okuleetera abaana baabwe okukola bo kye bagala bakole. Abaana bwe batakola nga bo bwe bagala, batera okugwamu amaanyi.

Abaana bwe battassaamu bazadde baabwe kitiibwa ne babasumbuwa, abazadde bayinza n'okukyusa endowooza yaabwe eri abaana bano. Kuno okwagala kwa mubiri 'okwenoonyeza ebyakwo'. Bayinza okugamba nti basobola okwewaayo nga ssaddaaka ku lw'abaana baabwe, naye okwagala okw'ekika kino bwe kubeera eri abaana baabwe bokka, kubeera kwenoonyeza byakwo. Kubeera okwagala okw'omwoyo singa tebagala baana baabwe bokka mu ngeri eyo, wabula n'abaana abalala bonna.

Katwogera ku kwagala wakati w'omwami n'omukyala. Eriyo abantu abalina okwagala okw'okwewaayo okwewuunyisa abantu bangi, naye si kyangu okusanga okwagala okw'ekika ekyo. Abaagalana bwe babeera bakatandika, omu ayinza okugamba tayinza kubeerawo munne watali. Naye bwe bafumbiriganwa, obufumbo bwe babeera tebakyalina kye babufunamu, basobola okwanguwa okugamba nti bagala kwawukana. Baagambanga nti bajja kwagalana olubeerera, Naye ekiseera bwe kigende kiyitawo bakizuula nti tekyali bwe kityo.

Ebiseera bingi okwagalana wakati w'ab'oluganda kutabuka lwa sente. Eky'okulabirako, omuto bw'aba asaba mukulu we sente buli ssaawa, enkolagana yaabwe eyinza okukyuka. Omukulu ayinza n'okugamba nti singa muto we taddamu kumukyalira. Ayinza n'okugamba muganda we obutadda kukyala wuwe. Okwagala kwabwe kukyuka kubanga kwagala okw'omubiri okwenoonyeza ebyakwo.

Wabula kwo okwagala kwa Katonda kwanjawulo. Okwagala kwa Katonda kwe kwagala okw'okwewaayo mu makulu gaakyo gonna okutakyukakyuka era nga kwa mwoyo, tekuggwawo era kw'amazima. Era kwe kwagala okututwala eri obulamu obutaggwaawo n'eri obulokozi.

Olunyiriri 1 lugamba, "Bwe njogera n'ennimi z'abantu n'eza bamalayika." 'Ennimi' wano ezoogerwako zaawukana ku kirabo eky'okwogera mu nnimi nga bwe kiri mu 1 Bakkolinso essuula ey'ekkumi n'ebbiri. Abantu boogera mu nnimi ez'anjawulo, era zonna wamu, ennimi ezo wano kwe kuyitibwa 'Ennimi z'abantu'. Ze nnimi abantu ze bakozesa, so si amaloboozi g'ebisolo oba ebinyonyi.

Okuwulira ekigambo 'malayika' tujjukizibwa ekintu ekituukirivu, ekitaliiko bbala lyonna era ekiyonjo, ekitalina bubi mu kyo. Abantu bwe boogera empolampola era nga boogera bulungi, tugamba boogera nga bamalayika. Ebigambo ebiva mu kamwa ka bamalayika nga birabika biwoomu bulala!

Wabula wadde omuntu asobola okwogera ennimi nnyingi era ng'ayogeza eggono nga bamalayika, bw'aba talina kwagala, ebigambo bye bibeera nga ekikomo ekivuga n'ebitaasa ebisaala. Bwe tukuba ku ziwaya nga ziri awamu tezireekana, wabula byo ebitaasa bireekaana nnyo. Omuntu ne bwayogera mu ngeri y'amalayika, tekigasa bw'aba talina kwagala okw'omwoyo.

Amor espiritual

Ne Bwemba N'amaanyi Mangi N'okukkiriza

> Era bwe mba ne bunnabbi ne ntegeera ebyama byonna n'okutegeera kwonna, era bwe mba n'okukkiriza kwonna, n'okuggyawo ne nzigyawo ensozi, naye ne ssiba na kwagala, nga ssiri kintu. (13:2)

N'ekirabo eky'obunnabbi osobola okutegeera obulungi ekinaabaawo mu kiseera eky'omu maaso. Kiyamba nnyo bwe tumanya ekinaabaawo mu biseera eby'omu maaso. 'Ebyama byonna' kitegeeza ekkubo ly'omusalaba eryali lyakisibwa okuva nga ebiro tebinnabaawo.

Wano, 'okutegeera kwonna' kitegeeza okutegeera okw'Ekigambo kya Katonda, n'amazima, so si amagezi ag'omu nsi muno. Ne bwe tubeera nga tumanyi ebyama byonna era nga tulina okutegeera kwonna, kyokka bwe tutabeera na kwagala kibeera tekigasa. Okumanya obumanya mu mutwe, tekubeera kukkiriza okw'amazima. Era kukkiriza okw'ekika ekyo tekusobola kututwala eri obulamu obutagwaawo.

Tetulina kumanya bumanya 'eby'ama byonna' ne tubeera

n'okutegeera kwonna, naye tulina okubiteekateeka obulungi mu mitima gyaffe. Mu ngeri eno, bwe tweggyako agatali mazima olw'okutambulira mu Kigambo kya Katonda, tusobole okubeera n'okwagala okw'omwoyo.

Ne bwe tubeera n'okukkiriza okw'amaanyi okusobola okugyawo ensozi, tekiyamba bwe tutabeera na kwagala. Okukkiriza n'okwagala bintu bibiri bya njawulo. Okubeera n'okukkiriza okw'amaanyi tekitegeeza nti olina n'okwagala. Weewaawo, bikwatagana. Bwe tubeera n'okukkiriza, tujja kugezaako okwagala, n'olwekyo, okwagala kujja kukulira mu kukkiriza okwo. Naye okubeera n'okukkiriza okw'amaanyi tekitegeeza nti omuntu oyo alina okwagala nga nakwo kungi.

Eky'okulabirako, omuntu ayinza okukkiriza nti Musa yayawulamu Ennyanja Emyufu, era abaana ba Isiraeri baakumba okwetooloola ekibuga Yeriko n'ekigwa, nti era Yesu yazuukiza Lazaalo mu bafu. Naye, olw'okuba bakkiriza tekitegeeza nti abakkiriza abo era balina n'okwagala.

Eriyo n'abasumba abalaga obusungu bwabwe ku buntu obutono ne balaga emize egitakkirizika egitaawukana kw'egyo egy'abatakkiriza. Eriyo n'abakulembeze b'ekkanisa abalina okukkiriza naye nga tebalina kwagala. Olwo, tuyinza tutya okugamba nti abantu bano bantu ab'omwoyo, nti era bagenda eri ekkubo ery'obulamu obutaggwaawo nga balina obulamu mu bo?

Yensonga lwaki abantu ne bwe babeera baawonya abalwadde, ne balaga amaanyi ga Katonda, era ne bagoba ne dayimooni mu linnya erya Yesu, Mukama kye yava abagamba nti, "MUVE WENDI, MMWE ABAAKOLA EBY'OBUJEEMU" (Matayo 7:22-23). Ne bwe tuba nga twogera nti "Mukama waffe, Mukama waffe" tetusobole kugenda eri obwakabaka obw'omu Ggulu bwe tutatambulira mu Kigambo kya Katonda (olu.21).

Bwe tutabeera na kwagala, kitegeeza nti tetutambulira mu Kigambo kya Katonda wadde nga tujja mu kkanisa. Era Ekyawandiikibwa kigamba nti, ne bwe tumanya era ne tuba n'okukkiriza okugyawo ensozi, bwe tutabeera na kwagala tetuba kintu.

Era bwe ngabira abaavu bye nina byonna okubaliisanga, era bwe mpaayo omubiri gwange okwokebwa, naye ne ssiba na kwagala, nga ssiriiko kye ngasizza. (13:3)

Okuyamba abaavu awatali kwagala bubeera bunnanfuusi. Bakikola abalala basobole okubalaba. Katonda tasanyukira kuyamba kwa kika kino. Tetusobola kufuna mukisa kuno ku nsi wadde ne mu bwakabaka obw'omu ggulu olw'ekyo.

Ebiseera bingi, amannya g'abantu oba amakampuni agawaayo eri okuyamba abaavu gateekebwa mu mpapula z'amawulire. Naye amannya gaabwe singa tegaali gaakulabika mu mawulire, abasinga tebandiwaddeyo nga bwe baawaayo.

Matayo 6:2-4 wagamba, "Kale bw'ogabiranga abaavu, tewefuuyiranga ng'ombe mu maaso go, nga bannanfuusi bwe bakola mu makung'aaniro ne mu nguudo, abantu babawe ekitiibwa. Mazima mbagamba nti bamaze okuweebwa empeera yaabwe. Naye ggwe, bw'ogabiranga abaavu, omukono gwo ogwa kkono gulemenga okumanya ogwa ddyo bye gukola, okugaba kwo kubeeranga kwa kyama, kale Kitaawo alaba mukyama alikuwa empeera." Bwe tuyamba abaavu tusobole okumanyibwa, olwo empeera zaffe tubeera twazifunye dda. Kale tetujja kufuna mpeera yonna okuva mu bwakabaka obw'omu ggulu, tetujja kufuna mpeera yonna okuva eri Katonda mu bwakabaka obw'omu Ggulu.

Ekyawandiikibwa kigenda mu maaso n'okugamba, "Era bwe mpaayo omubiri gwange okwokebwa, naye ne ssiba na kwagala, nga ssiriiko kye ngasizza." 'okuwaayo omubiri ne gwokebwa' kitegeeza okwewaayo nga ssaddaaka enzijjuvu. Naye nga bwe tuba baakwewaayo nga ssaddaaka etuukiridde olwa bannafe, tuyinza tutya okukikola awatali kwagala?

Muteekwa okuba mwali mulabye abantu abayamba abalala n'amaanyi gaabwe gonna, n'obudde bwabwe saako ssente, naye bwe batasiimibwa balala olw'emirimu gyabwe baggwamu amaanyi, ne bawulira bubi era ne beemulugunya. Oba ne bwe babeera tebeemulugunyizza oba okuwulira obubi..amaanyi n'okwagala bye baakozesa mu kusooka bigenda bikendeera. Abantu abalala bwe boogera ku nsobi mw'ebyo bye bakoledde abalala, baggwaamu amaanyi n'okufaayo. Era bayinza n'okunyigira abo abayogedde ku nsobi zaabwe.

Kino kitulaga nti ekintu baali bakikola basobole okusiimibwa n'okumanyibwa abantu babatendereze. Kwali okwewaayo okwakolebwa awatali kwagala, bwe kutyo ne kutabagasa.

Amor espiritual

Okwagala Okw'omwoyo

Okwagala Kugumuukiriza, kulina ekisa, (13:4).

Ekyo ekikontana n'okwagala okw'omwoyo bwe bubi. N'olwekyo, embeera ey'okuba nti tweggyeeko obubi bwonna wetubeerera n'okwagala okw'omwoyo. Kati katwogera ku kwagala okw'omwoyo mu bujjuvu.

Okusooka, okwagala kugumiikiriza. Kiki kyetulina okugumiikirizaamu? Tulina okubeera abagumiikiriza na buli kika kya kizibu kye tuyinza okusisinkana bwe tugezaako okwagala. Olwo nno, tulina n'okwegumiikiriza.

Bwe tugezaako okwagala omuntu, omuntu oyo asobola n'okutukuba amayinja. Abantu abamu bayinza n'okutuwaayiriza oba okutukyawa awatali nsonga yonna. Kubeera okwagala okw'omwoyo okwagala n'abantu ab'ekika ekyo n'obugumiikiriza saako okubagumira. Okugumiikiriza mu kwagala okw'omwoyo kwe kubeera omugumiikiriza mu bizibu ebya buli kika bye tusisinkana nga tugezaako okugondera Ekigambo kya Katonda n'okwagala abantu abalala.

Naye obugumiikiriza mu kwagala okw'omwoyo kwanjawulo ku kugumiikiriza okumu kw'ebyo ebibala omwenda eby'Omwoyo Omutukuvu mu Baggalatiya 5:22. Okugumiikiriza okumu kw'ebyo ebibala omwende eby'Omwoyo Omutukuvu kwe kubeera omugumiikiriza mu bintu byonna okutuukiriza obwakabaka bwa Katonda n'obutuukirivu Bwe. Kwe kubeera mugumiikiriza n'obutakyukakyuka mu buli kimu ku lw'amazima. Naye okugumiikiriza mu kwagala okw'omwoyo kutonoko mu makulu. Kwe kwagala abantu abalala ku ddaala ery'omuntu ssekinnoomu.

Ekyawandiikibwa era kigamba okwagala kulina ekisa. Kwe kubeera nti osobola okukkiriza n'okuwambaatira buli omu, abantu abangi basobole okubeera nga basobola okusigala nga bakung'anye wamu naffe. Nga ppamba bwataleekaana ekintu eky'amaanyi ne bwe kimugwako, ekisa kino gwe mutima ogusobola okukkiriza n'okuwambaatira buli omu. Bwe tubeera n'ekisa eky'ekika kino, abantu bangi bajja kwagala okujja gye tuli bawumulire mu ffe nga ebinyonyi bwe biwumulira mu muti omunene.

Ekisa kino tekitegeeza buli ssaawa okubeera nga ggwe akkiriza okugonda, okunafuwa mu ngeri ey'obutiitiizi. Ekika ky'obuwoombeefu obusiimibwa Katonda kwe kwagala okw'omwoyo okutaliimu bubi. Kale tugumiikiriza n'abantu ababi, nga tetukuubagana n'abo. Naye si kulebera bulebezi essaawa yonna. Era kulina n'ekitiibwa kye tukozesa okufuga, okulung'amya. okutereeza, n'okuwabula.

N'ebigambo ebisaanidde wamu n'ebikolwa, abantu ng'abo bajja kutegeera obunafu bw'abalala era babakkirize era bakwate ku mitima gya bangi. Tebafuuka byesitaza embeera ne bwebeera etya, wabula abalala batandika okubeesiga, n'okubagala.

Kale nga bwe kigamba nti, "Balina omukisa abateefu, kubanga abo balisikira ensi" (Matayo 5:5), ne "Naye abawombeefu balisikira ensi era banaasanyukiranga emirembe emingi" (Zabuli 37:11), Abateefu be balisikira ensi. Wano, 'ensi' kitegeeza ensi mu makulu ag'omwoyo, kwe kugamba, ebifo eby'okubeeramu muggulu. Okusikira ensi kitegeeza tujja kweyagalira mu buyinza obw'amaanyi mu bwakabaka obw'omu Ggulu.

Ab'ekisa era abawombeefu bajja kunywezebwa okusobola okuwa abangi ekisa n'omutima gwa Katonda. Gye tukoma okulaga ekisa, abantu abajja gye tuli, gye bajja okukoma obungi era tujja kusobola okulung'amya emyoyo egisingawo eri obwakabaka obw'omu ggulu. N'olwekyo, ab'ekisa bajja kweyagalira mu buyinza obw'amaanyi mu Ggulu era bajja kusikira ebifo eby'okubeeramu ebigazi era ebinene mu Ggulu.

[Okwagala] tekuba na buggya, (13:4)

Obuggya wano kwe kubeera ng'abantu ne bawulira bubi n'okufuna obukyaayi olw'okuba omuntu omulala ekintu kyafunye n'okukola obubi omuntu oyo. Bwe tubeera n'obuggya, tujja kubeera tetuteredde ng'abantu abalala bali bulungi okutusinga. tuyinza n'obakyawa oba okwagala okutwala ebintu bye balina.

Tuyinza n'okuwulira obubi olw'okuba basiimiddwa era baagalibwa abalala so nga si bwe kiri ku ffe. Tuyinza okulowooza okuwulira obubi okwo si buggya. Naye tuwulira bwe tutyo kubanga munda muffe twagala okwagalibwa n'okusiimibwa abalala. Okuwulira kuno obubi bwe kweyongera kusobola okufuukamu ebikolwa n'ebigambo.

Ebiseera bingi obuggya busangibwa nnyo mu kwagala wakati w'omusajja n'omukazi. Wabeerawo obuggya kubanga bagala okwagalibwa baganzi baabwe. Abantu era basobola okubeera n'obuggya abalala bwe babeera abaggagga, abasomye, oba abalina obusobozi okubasinga.

Mu Lubereberye essuula 4, tusoma ku ssaddaaka za Kayini ne Abiri. Kayini yawaayo ssaddaaka ey'omubiri so nga ye Abiri yawaayo ssaddaaka ey'omusaayi nga ye ssaddaaka ey'omwoyo. Katonda bwe yakkiriza ssaddaaka ya Abiri yokka, Kayini yafuna obuggya era ekyavaamu natta muganda we, Kayini yakwatibwa obuggya ekyavaamu okutta.

Olubereberye 30:1 wagamba, "Laakeeri bwe yalaba nga tazaalira Yakobo baana, Laakeeri n'akwatirwa obuggya muganda we, n'agamba Yakobo nti "Mpa abaana, oba tompe, n'afa.'" Lakeeri bwe yayogera ekyali mu mutima ggwe ogwali gujjudde obuggya n'akamwa ke, kyasumbuwa nnyo omutima gwa Yakobo. Gye byaggwera, nga bwe yali ayogedde, Lakeeri yafa bwe yali azaala Benjamin.

Tetulina kukwatirwa balala buggya wabula tusanyukire wamu mu Kristo, twezzeemu amaanyi n'okwagalana. Olwa kino, tulina okukitegeerera ddala mu bujjuvu nti okwagala okw'omubiri tekulimu, wamu ne tutumu, obugagga, okumanya, n'amaanyi nga bye biyinza okuvaako obuggya okusituka. Era, tulina okuba n'okukkiriza okukakafu nti obutuuze bwaffe buli mu bwakabaka obw'omu Ggulu.

Olwo, tuyinza n'okweyongera okubeera n'okussa ekimu mu b'oluganda mu Kristo n'okusinga bwe tuli n'ab'oluganda baffe. Kiri bwe kityo lwakuba tukkiriza nti baluganda bwe tunaabeera mu bwakabaka obw'omu ggulu ffenna olubeerera nga tuweereza Katonda omu nga ye Kitaffe. Bwe tubeera n'okukkiriza kuno okunywevu era ne tukuzimbirako okwagala okutuufu, tujja kwagala baliraanwa baffe nga bwe tweyagala. Olwo nno, tuyinza okusanyukira awamu n'abalala bwe babeera obulungi nga gyoli ffe tuli obulungi.

...okwagala tekwekulumbaza, tekwegulumiza, (13:4).

Okwegulumiza kwe kwessaawo. Abantu bwe babeera n'ekintu ekisingako eky'omulala, bagala okwewaana. Lwakuba babeera bagala babatendereza n'okubamanya. Abamu beeraga olw'obugagga bwe balina, okusoma, n'ebitiibwa, oba endabika.

Bwe twewaana, kitegeeza tuli wala ddala n'okwagala. Era, ne bwe tweraga, tetujja, kuweebwa kitiibwa kyennyini oba okwagala kwe tunoonya okuva mu balala. Mpozir, abantu okutunyoomaobunyoomi oba olyawo n'okutukwatirwa obuggya.

Naye mu 1 Bakkolinso 1:31 wagamba, "...nga bwe kyawandiikibwa nti, 'Eyeenyumiriza, yeenyumirizenga mu Mukama.'" Kale bwe tutyo tulina kwenyumiriza mu Mukama. Okwenyumiriza mu Mukama kwe kwogera ku ngeri gye twakkiriza Mukama n'okufuna okwagala Kwe, ne bwe twafuna okuddamu Kwe n'emikisa.

Okwenyumiriza mu Mukama kwe kuddiza Katonda ekitiibwa n'okuwa ab'oluganda mu Kristo ekisa, okubasigamu okukkiriza. Bwe tutyo tujja kuterekerwa empeera mu Ggulu, n'okuyaayaana kw'emitima gyaffe kujja kuddibwamu mangu ddala. Wabula era tulina okwegendereza bwe tubeera twenyumiriza mu Mukama. Waliwo embeera ng'abantu balowooza nti bali mu kugulumiza Mukama so nga bali mukwenyumiriza byabwe.

Okwenyumiriza kw'ensi eno tekuyinza kutuwa bulamu butaggwaawo oba okuwulira nti tumatidde. Kyokka kutuwa omululu okweyagaliza okutaliimu okututwala eri okuzikirira. Bwe tutegeera kino, era ne tujjuza emitima gyaffe n'essuubi ery'obwakabaka obw'omu ggulu, tujja kufuna amaanyi okweggya mu amalala ag'okwenyumiriza eby'ensi eno tubisuule eri. Bwe tweggyako okwenyumiriza kwonna mu mitima gyaffe, tujja kunyiikira okwagala Mukama era twenyumirize mu ye yekka olw'okutuwa obulamu obutaggwaawo n'obwakabaka obw'omu Ggulu.

Amor espiritual

Okwekulumbaza, kwe kuyisa mu balala amaaso ng'obalaba nga aba wansi n'okulowooza nti tusinga abalala bonna mu mbeera yonna. Omuntu eyeegulumiza n'okwekulumbaza alowooza buli muntu yenna ali wansi we. Yeeraba nti wawaggulu nnyo era yasinga, kale bwatyo abeera anyooma abalala era agezaako okubasomesa.

Abeera anyooma n'abo abantu abamusomesezza n'okumulung'amya abali ne mu bifo ebya waggulu mu kitiibwa. Tawuliriza kuwabulwa kwonna okuva mu bakadde oba abakulembeze, wabula yabeera abasomesa. Omuntu ng'oyo abeera mu kuyomba n'okuwakana ebiseera ebisinga.

Kuno kwe kwekulumbaza okw'omubiri. Kyokka eriyo okwekulumbaza n'okwenyumiriza okwengeri endala. Omuntu bwaba abadde Mukristaayo okumala ekiseera ekinene, ayinza okulowooza nti alina bingi nnyo byatuuseeko era ayinza okubeera omutuufu. Asala emisango n'okukolokota abalala n'ebigambo by'amaanyi, kyokka alowooza nti mwegendereza era akozesa mazima. Ekika ky'omutima nga guno kye kiyitibwa okwenyumiriza okw'omwoyo.

Katonda agamba abantu ab'enyumiriza bwe bati basirusiru. Ffenna twatondebwa mu kifaananyi kya Katonda, era twenkana ng'abaana ba Katonda. Tewali muntu alina kunyooma munne nga ye yalowooza yekka nti ye mutuufu.

Gye tukoma okuteekateeka okwagala okw'omwoyo mu ffe, gye tukoma okufaanana Mukama mu buteefu. Mukama yeekakkanya okutuuka ku ssa ery'okufa ku musaalaba. Yanaaza ebigere by'abayigirizwa Be ng'alaga eky'okulabirako ky'obuteefu n'okuweereza. Tulina okugoberera eky'okulabirako Kye. Oba baavu, tebaasoma, banafu, tulina okutunuulira abalala nti batusinga okuva ku ntobo y'omutima gwaffe n'okwetowaaza.

[okwagala] tekukola bitasaana; tekunoonya byakwo, (13:5).

Okukola ebitasaana kwe kweyisa obubi n'okubeera n'empisa embi. Eky'ewuunyisa abantu bangi bawuliza banaabwe obubi n'ebigambo byabwe saako ebikolwa ebitasaana kyokka ne batakitegeera.

Okusooka, kansooke nkubuulire kukukola ebitasaana mu maaso ga Katonda. Kino kikwata ku ngeri y'okweyisa mu saviisi, mu kusaba, mu kutendereza, ku yeekaalu yennyi, n'ebintu bya yeekaalu ebirongoofu. Eky'okulabirako, abantu abamu batuuka kikeerezi mu kusaba, oba basumagira mu kusaba. Tekisaana obutasinza mu mwoyo n'amazima. Kukola bitasaana okulootera n'okwogerere mu kkanisa wakati mu kasaba. Era, kubeera kweyisa bubi okujja mu kkanisa ng'omuntu atamidde, okujja mu kanisa n'engato ezandikomye mu kinaabiro, omusajja okwambala enkoofiira mu kkanisa.

Mu kusaba, omuntu okukeerewa nga talina nsonga nnung'amu, okuyimirira wakati mukusaba n'okutambulatambula, oba okusaba naye nga tulina ebirala bye tulowooza n'okudding'ana ebigambo ebitalina makulu, ebikolwa bino kwe kukola ebitasaana. Muze okusaza mumuntu asaba ng'omunyeenyanyeenya okubaako ky'omugamba, oba okufubutuka mu kusaba n'okuvaamu olw'okuba owuliddeyo akuyise.

Tetulina kuyombera wadde okunyiigira mu kkanisa. Tetulina kwogera ku bizinensi zaffe oba ebintu eby'ensi mu kkanisa. Tetulina kukwata bubi nga tetufaayo ebintu by'ekkanisa ebirongoofu.

Kati katwogere ku kukola ebitasaana mu bantu. Ebiseera ebisinga bwetwenoonyeza ebyaffe nga tetufudde ku balala bonna, ebiseera ebisinga tutera okukola ebitasaana. Tekisaana okukubira omuntu essimu wakati mu kiro oba okwagala okunyumiikiriza omuntu okumala ekiseera ekiwanvu.

Tekiba kirungi obutakwata budde ku ssaawa ze mwalagaanye n'omuntu, okugwa ku muntu n'otamugamba ng'onookyala. Wadde oli musumba oba omukulembeze, si kirungi okulagira ba memba b'ekkanisa yo. Naddala tweyisa nnyo mu ngeri etasaana eri mikwano gyaffe, kale tulina okubeera abeegendereza. Kubeera okwagala okw'omwoyo okulowooza ku bintu ebyo byonna ne tusobola okwekomako.

Okwagala okw'omwoyo kunoonya abiganyula abalala mu kifo kye byabwe bokka. Eky'okulabirako, abantu bwe bagala okulemera ku nsonga yaabwe mu kuteesa, bagezaako okumatiza abalala badde ku luuyi lwabwe. Kyokka oyinza obutakalambira nnyo, wadde nga toyagala ndowooza y'oli.

Wabula era oyinza okufaayo ku kirowoozo ky'abalala, era wadde ekirowoozo kyo kirungi, ogezaako okugoberera ekirowoozo ky'omulala. Bwe tubeera twagala abalala, tujja kubassaamu ekitiibwa era tubatwale nti ba muwendo okutusinga. Tujja kweyisa mu ngeri eteenoonyeza byaffe, nga tunoonya okufunamu.

Yesu teyalyanga bulungi wadde okwebaka obulungi. Yabeerangawo ku lw'abantu abaalinga bataayaaya abataalina we basula. Olw'okwagala Kwe eri emyoyo okwali kujjudde mu mutima Gwe, Yeerekereza buli kyonna kye yandyeyagaliddemu.

Ng'abaana ba Katonda, tetulina kweyagaliza kintu kirungi oba ekintu ekisinga okuwooma okusooka abalala bonna. Tulina okuteeka ekkanisa, emyoyo, baliraanwa baffe, n'abantu b'omu maka gaffe okusooka nga tetuneerowoozaako.

Naye 'obuteenoonyeza byaffe' tekitegeeza nti tetulina kusaba mmere ya kulya oba tetulina kugezaako nnyo nga bwe tusobola okusaba n'okukolerera obwakabaka bwa Katonda. Tulina ebyetaago by'obulamu. Wabula kitegeeza nti tetulina kwenoonyeza byaffe bwe kibeera kikosa abalala oba nga abalala kibakola bubi.

Ffe okusobola obuteenoonyeza byaffe mu buli kimu, tulina okwesigama ku Mwoyo Omutukuvu. Bwe tugoberera okulung'amizibwa kw'Omwoyo Omutukuvu ekiseera kyonna, tujja kukola buli kimu ku lw'okuddiza Katonda ekitiibwa. Bwe tweggyako obubi bwaffe ne tuteekateeka okwagala okw'amazima mu ffe, tujja kubeera n'amagezi ag'obulungi mu buli mbeera, era tulina okutegeera okwagala kwa Katonda era tukugoberere.

Amor espiritual

[okwagala] tekunyiiga, tekusiba bubi ku mwoyo, (13:5).

Abantu abamu banyiiga mangu abalala bwe babakosa oba ebintu bwe bitatambula nga bwe baagala. Tekubeera kwagala bwe tunyiizibwa. Tekigasa. Okunyiiga tekitegeeza kusunguwala, okuvuma, n'okulwana kyokka.

Wabula bwe tukyusa entunula yaffe, oba endabika y'omumaaso gaffe n'ekyuka, oba eddoboozi lyaffe ne likyuka, kitegeeza nti tunyiize. Kino kiraga nti okuwulira obubi okubadde munda mu ggwe, kufubutuseeyo. Naye tetulina kusonga mu bantu lunwe olw'endabika yaabwe. Omuntu ayinza okulabika ng'anyiize naye nga tanyiize.

Okusobola okwekuuma obutakusunguwaza, tetulina kukkweka muli munda kye tuwulira, naye tulina okwegirako ddala ekyo kye tuwulira ekitali kirungi. Weewaawo tetusobola kwegirako ddala okwo okuwulira obubi munda mu ffe ne tujjuza omutima gwaffe n'obulungi bwokka n'okwagala wamu n'amazima mu lunaku lumu. Kyokka tulina okugezaako bulijjo.

Bwe wabeerawo embeera esoomooza, tulina okugezaako ennyo okwefuga. Tulina okufunayo akaseera ne tulowooza munda mu ffe nti, "Nnyinza ntya okufuna mu kino bwe ng'anya omuntu okunnyiiza?" Olwo nno, nga tukebera emitima gyaffe, tetujja kukola kintu kijja kutuleetera kwejjusa ebikolwa byaffe oba okuwulira nga tuswadde munda yaffe. Bwe tuyiga okubeera abagumiikiriza mu ngeri eno, ekinaavaamu tujja kusobola okweggyako okunyiiga n'obusungu bwennyini okuva mu mitima gyaffe, tusobole okubeera n'emirembe mu mutima mu mbeera yonna.

Engero 12:16 wagamba, "Okwerariikirira kw'omusirusiru kumanyibwa mangu ago, naye omuntu omutegeevu akisa ensonyi." Engero 19:11 wagamba, "Okuteesa kw'omuntu kwe kumulwisaawo okusunguwala, era okusonyiwa ekyonoono kye kye kitiibwa kye" Katulwewo okusunguwala era twanguwe okweggyako obusungu tusobole okutambulira mu bulamu obw'omuntu omugezigezi.

Wagamba nti okwagala tekusiba bubi ku mwoyo. Kitegeeza, nga bwe kiri mu Bayibuli, obutalowooza ku bubi bwonna. Obubi kye kintu ekitali kirungi era ekitali kituufu. Bwe tubeera n'obubi, tubeera twagala abalala baboneebone. Bwe tubeera n'okwagala, tetujja kubeera na birowooza bya kika ekyo.

Abazadde bagala nnyo abaana baabwe era babeera bagala abaana baabwe babeere bulungi. Twagala abantu abalala baboneebona era tugezaako okunoonyereza ensobi zaabwe oba obunafu bwabwe ne tubalaalaasa mu ngambo buli wamu, kubanga tetubagala.

Era bubeera bubi okusalira abalala omusango. Ne mu bakkiriza bennyini eriyo abasalira abalala emisango nga bakozesa ekipimo kyabwe, nga tebatunuulidde mbeera yaabwe. Kino nakyo kijja omuntu oyo tetumwagala. Era, bwe tubeera n'ebirowoozo ebikontana n'okwagala kwa Katonda, kitegeeza tulina ebirowoozo ebijjudde obubi.

Amor espiritual

Katonda kwagala. Okwagala amateeka gonna mwe geegattira. 1 Yokaana 3:23 wagamba, "na kino kye kiragiro Kye, tukkirize erinnya ly'omwana We Yesu Kristo, era twagalanenga, nga bwe yatuwa ekiragiro." Abaruumi 13:10 wagamba, "Okwagala tekukola bubi muntu munne, okwagala kyekuva kutuukiriza amateeka."

Anti n'ekikulu kiri nti, obutayagala kibeera kibi. Kibeera kibi, era bubeera bujeemu. Okusobola okwekebera oba nga tulowooza mu ngeri embi, tulina okwekebera okumanya okwagala tulina kwenkana ki mu ffe. Gye tukoma okwagala Katonda n'emyoyo, tetulowooleza mu bubi.

Okusobola okweggyako obubi tetulina kulowooza, okulaba, oba okuwulira ekintu kyonna ekibi. Era ne bwe tubeera tulabye oba okuwulira ekintu ekibi, tetulina kukijjukira oba okubeerawo ne tukirowoozaako. Tulina n'okweggyako ebirowoozo ebigezaako okutujjira.

Okusobola okweggyako obubi n'okubwekuuma, tulina okubeera nga tuliisa omwoyo gwaffe n'Ekigambo wamu n'okusaba. Tusobola okweggyako ebirowoozo ebibi ne tubeera n'ebirowoozo ebirungi bwe tulowooza ku kigambo emisana n'ekiro. Tusobola okuzuula obubi obwekwese mu ffe bwe tulowooza ku Kigambo mu buziba mu kusaba. Obunyiikivu mu kusaba mu bujjuvu obw'Omwoyo Omutukuvu tusobola okufuga obubi bwaffe ne tubweggyako.

Katugoberere obulungi ekiseera kyonna nga bwe kyogera mu 1 Abassessaloniika 5:15, "Mulabe omuntu yenna alemenga okulwana ekibi olw'ekibi, naye ennaku zonna mugobereranga ekirungi mwekka na mwekka n'eri bonna."

[okwagala] tekusanyukira bitali bya butuukirivu, naye kusanyukira wamu n'amazima. Kugumiikiriza byonna, kukkiriza byonna, kusuubira byonna, kuzibiikiriza byonna. (13:6-7)

Obutasanyukira bitali bya butuukirivu kye kimu n'obutalowooza ku bubi, naye byawukanamu ko katono. Obutalowooza ku bubi bwe batabeera na bubi bwonna ka kibe ki mu mutima. Obutasanyukira bitali bya butuukirivu bwe butasanyukira oba okwenyigira mu kikolwa kyonna ekitali kya bwa Katonda.

Eky'okulabirako, bw'okwatirwa mukwano gwo ali obulungi obuggya, era ekirowoozo bwe kikugira mu mutima nti oyagala agwe, olwo nno kiraga nti olina obubi mu mutima gwo. Oba olunaku lumu, kampuni ye n'egwa. Kati bwosanyukira embeera eyo ng'olowooza kirungi kubanga yayavuwadde, kwe kusanyukira ebitali eby'obutuukirivu. Era, bwosanyukira amagoba agafunibwa mu makubo agatali ga butuukirivu, oba bw'otwala ekintu ky'omuntu lwa mpaka oba n'oyaaya abantu sente zaabwe, kuno kubeera kusanyukira mu bitali bya butuukirivu.

Okujeemera amateeka, okukosa abalala, n'ekintu kyonna ekikontana n'Ekigambo kya Katonda bubeera butali butuukirivu mu maaso ga Mukama. Obutali butuukirivu

Amor espiritual 177

butegeerebwa, obubi mu mutima bwe bufubutukayo. Mu bika by'ebibi eby'enjawulo, kino kyo kikwata ku mirimu egy'omubiri.

1 Abakkolinso 6:9-10 wagamba, "Oba temumanyi ng'abatali batuukirivu tebalisikira bwakabaka bwa Katonda? Temulimbibwanga, newakubadde abakaba, newakubadde abasinza ebifaananyi, newakubadde abenzi, newakubadde abafuuka abakazi, newakubadde abalya ebisiyaga newakubadde ababbi, newakubadde abeegombi, newakubadde abatamiivu, newakubadde abavumi, newakubadde abanyazi, tebalisikira bwakabaka bwa Katonda." Wagamba nti abo abakola emirimu egy'omubiri tebasobola kufuna bulokozi. N'olwekyo, bwe tulaba ekintu ekitali kya butuukirivu tetulina kusanyuka oba okukyenyigiramu, wabula tukungubage n'okukisabira.

Okusanyuka n'amazima, okusookera ddala, kwe kusanyuka n'enjiri. Enjiri ge mawulire amalungi nti tusobola okugenda eri obwakabaka obwe Ggulu okuyita mu Yesu Kristo. Twafuna obulokozi bwe twawulira enjiri era ne tukkiriza Yesu Kristo. Twafuna obulamu obutaggwaawo olw'okusanyukira mu mazima, kwekugumba enjiri. Kati tusobola okugenda mu bwakabaka ob'omu Ggulu olw'okunaazibwa ebibi byaffe okuyita mu musaayi gwa Mukama ogw'omuwendo omungi. Tufunye obulamu obw'omuwendo olw'okumanya ekigendererwa ekituufu eky'obulamu.

Abo abasanyuka olw'enjiri bajja kufuba okubunyisa enjiri eri abantu abalala. Basanyuka abantu abangi bwe bakkiriza Mukama era ne bafuna obulokozi n'obwakabaka bwa Katonda bwe bugaziyizibwa.

Era, okusanyuka n'amazima kwe kusanyuka bwe tulaba n'okuwulira obulungi, okwagala, obutuukirivu, n'amazima. Tusanyukira mu kuwulira Ekigambo, okusoma Bayibuli, n'okutambulira mu mazima. Ekigambo kya Katonda kitugamba okuweereza, okutegeera n'okusonyiwa abalala era tube nga tuli beetegefu okukigondera. Tulina okusanyuka olw'amazima, okubeera n'ennyonta era abayala olw'amazima okusobola okutambulira mu bulamu obw'omuwendo.

Tusobola okugumira buli kimu bwe tubeera n'okwagala. Tulina okubeera n'okwagala okw'omwoyo okusanyuka olw'amazima, era ne tukkiriza era ne tugumira buli kimu. Tusobola okutegeera okwagala kwa Katonda era ne tukutambuliramu bwe tutambulira mu mazima mu bujjuvu.

Tulina okubeera n'essuubi era tugumire buli kimu tusobole okubeera n'okwagala okw'omwoyo okutuukiridde. Katwekebere tulabe oba nga ddala tulina okwagala okw'ekika kino. Katwagale Katonda ne baliraanwa baffe tusobole okubeera n'emirembe wamu n'emikisa gya Katonda.

Kye Twetaaga mu Ggulu Olubeerera kwe Kwagala

Okwagala tekuggwaawo emirembe gyonna, naye oba bunnabbi, bulivaawo, oba ennimi, zirikoma, oba okutegeera, kulivaawo. (13:8)

Okwagala kuva mu mazima. Buli kyonna ekikwata ku kwagala kisangibwa mu bitabo 66 ebya Bayibuli. Bwe tutambulira mu mazima mu bujjuvu, okwagala kwaffe nakwo kusobola okutuukirira. Eyo yensonga lwaki Mukama yagamba yali atuukiriza Amateeka olw'okwagala.

Bwe tutambulira mu Kigambo era ne tubeera n'omutima ogw'amazima mu bujjuvu, kino kitegeeza nti tufaanana Katonda. Kitegeeza nti tutuuse ku kutukuzibwa n'okwagala okw'omwoyo okutuukiridde. Amazima tegakyuka, mu ngeri y'emu, okwagala tekukyukakyuka era tekukoma.

Bwe tugenda mu bwakabaka obw'omu Ggulu, tetujja kwetaaga bannabbi, nnimi, oba okumanya. Tujja kubeera n'olulimi lumu nga lwe lulimi olw'omu ggulu. Kale tetujja kwetaaga nnimi zoona. Okwagala kwokka kwe kutakyukyuka

Kubanga tutegeerako kitundu, era tulagulako kitundu, naye ebituukirivu bwe birijja, eby'ekitundu birivaawo. Bwe nnali omuto, nnayogeranga ng'omuto, nnategeeeranga ng'omuto, nnalowoozanga ng'omuto. Bwe nnakula, ne ndeka eby'obuto (13:9-11)

Ne bwe tuba nga tumanyi bingi ku Katonda n'amazima n'obunnabbi, tetuyinza kubeera nti tutegeeredde ddala mu bujjuvu omutima n'okwagala kwa Katonda. Tusobola okumanya ku kiseera eky'omumaaso ckusinziira ekyo Katonda kyayagala tumanyeeko mu kwolesebwa kw'Omwoyo. Eyo yensonga lwaki tumanyaako kitundu era tulagulako kitundu.

Olunyiriri 10 lugamba, "... naye ebituukirivu bwe birijja, eby'ekitundu birivaawo." Bwe tugenda mu bwakabaka obw'omu Ggulu, ebintu bye tumanyi mu ngeri ey'ekitundu bijja kuvaawo. Kankuwe eky'okulabirako okunyonyola kino.

Bwe twalinga abato twayogeranga abato. Naye bwe twakula ne tufuuka abantu abakulu empisa zaffe n'enjogera byakyuka. Bwe twogera ng'abaana kyokka nga tukuze, tujja kulabika ng'abatalina magezi bulungi era abeeyisa ng'abaana.

Mu ngeri y'emu, okulagula, okwogera mu nnimi, n'okumanya eby'oku nsi kuno biringa ebya baana abato, bw'obigeraageranya n'ebyo bye tunaasanga mu Ggulu. Mu Ggulu, tujja kumanya omutima n'okwagala kwa Katonda mu bujjuvu. N'olwekyo, tetujja kwetaaga kulagula kwonna wadde ennimi.

Kubanga kaakano tulabira mundabirwamu ebitalabika bulungi, naye mu biro biri tulitunulagana n'amaaso, kaakano ntegeerako kitundu, naye mu biro biri nditegeerera ddala era nga bwe nnategeererwa ddala. (13:12)

Wadde tumanyi nnyo amazima, era nga tugenda mu mitendera egy'omwoyo egy'ebuziba, tumanyi kyenkana ki? Waliwo enjogera egamba nti, "Amaaso g'omuganda gali mu ngalo." Kisingako okulaba ku kintu ne bwe gubeera omulundi gumu gwokka, okusinga okukiwulirako obuwulizi emirundi ne bwe giwera 100.

Kale, ne bwe tubeera tumanyi Bayibuli, tumanyi amazima, ne Katonda bulungi nnyo ku nsi kuno, bwe tunaasisinkana Katonda mu Ggulu, tujja kukizuula nti buli kye twali tumanyi ku nsi kuno kwalinga okulaba okuyita mu ndabirwamu. Endabirwamu mu biseera bya Pawulo zaali zikolebwa mu mayinja n'ebyuma, kale ng'ekifaananyi tekirabika bulungi nnyo. Zaali za njawulo ku ndabirwamu ze nnaku zino.

Wadde tuwa obunnabbi era ne tubeera n'okumanya kwonna era ne twogera mu nnimi, tetuyinza kukigeraageranya n'okumanya ebintu bye tunaategeera nga tumaze okugenda mu Ggulu. Yensonga lwaki kubeera ng'okulabira mu ndabirwamu. Kale, okumanya kwonna, obunnabbi, ne nnimi ku nsi kuno bijja kuggwaawo kubanga ekyo ekituukiridde kijja.

Era, wadde tumanyi kyenkana ki obungi, tusobola kumanyaako kitundu. Naye bwe tusisinkana Mukama, tusobola okumumanya obulungi nga Ye bwatumanyi obulungi.

Tukkiririza mu Ggulu. Tukkiriza nti Mukama yazuukira ajja kukomawo atutwale. Abalamu banaakyuka ne bafuuka emibiri egy'omwoyo era bazwalibwe mu bbanga. Kyokka wadde tukkiririza ddala, embeera ejja kubeera ya njawulo bwe tunaaba nga tuli ddala ku ludda lwa Mukama. Owo lwokka lwe tujja okumanya obulungi nga ye bwatumanyi.

Naye kaakano waliwo okukkiriza, okusuubira, okwagala, ebyo byonsatule, naye ku ebyo ekisinga obukulu kwagala. (13:13)

Wagamba, "kaakano waliwo okukkiriza, okusuubira, n'okwagala." Tulina kusooka kubeera na kukkiriza kubanga tufuna obulokozi lwa kukkiriza. Bwe tubeera n'okukkiriza, tusobola okubeera n'essuubi mu bwakabaka obw'omu Ggulu. Tusobola okuwangula ebigezo na kukkiriza. Tusobola okujaganya n'okwebaza mu mbeera zonna kubanga tudiddwamu eri okusaba kwaffe era ne tubeera n'essuubi mu bwakabaka obw'omu Ggulu. Tweggyako ebibi n'obutali butuukirivu kubanga tulina okukkiriza n'essuubi. Tutuukiriza obuvunaanyizibwa bwaffe nga tunyiikira okusaba n'okutambulira mu mazima na kukkiriza.

Abo abalina okukkiriza okw'omwoyo n'essuubi mu bwakabaka obw'omu Ggulu era nga tebekkiriranya na butali butuukirivu. nga bambala amazima bwe batyo ekivaamu bafaanana Katonda olw'okubeera n'okwagala okutuufu era okw'amazima. N'olwekyo, tulina okubeera ne by'onsatule, okukkiriza, essuubi, n'okwagala ku nsi kuno.

Naye tuneetaaga okukkiriza n'essuubi ne mu bwakabaka obw'omu Ggulu? Okukkiriza ne ssuubi byetaagisa nga tukyali ku nsi kuno. Tugenda mu bwakabaka obw'omu ggulu lwa kukkiriza. Kale tujja kubeera tetukyetaaga kukkiriza kubanga tujja kubeera tumaze okuyingira mu bwakabaka obw'omu Ggulu. Essuubi lyetaagisa bwe tubeera tukyali ku nsi. Buli kimu kijja kubeera kituukiriziddwa mu bwakabaka obw'omu Ggulu, era essuubi lijja kubeera terikyetaagisa.

Naye kwo okwagala tekuggwaawo oba okuzikirizibwa mu mbeera yonna. Kubeerawo olubeerera ne mu bwakabaka obw'omu Ggulu. Tujja kweyagalira mu ssanyu olubeerera ne Katonda wamu ne Mukama, wamu n'aboluganda abalokoleddwa.

N'olwekyo, tulina okutukuza emitima gyaffe ku nsi kuno okubeera n'obutuukirivu n'emirembe, nga kwe kubeera n'omutima ogwa Mukama. Tulina okuyaayaanira ebirabo ebisingako tusobole okubeera n'okwagala okutuukiridde era okw'amazima.

Essuula 14

OBUNNABBI N'ENNIMI

Olina Okubeera N'okwagala nga Tonnafuna Ebirabo Eby'omwoyo

Okusaba mu Nnimi, Olulimu Olw'essaala Ey'omwoyo

Okugerageranya Ennimi n'Obunnabbi

Buli kimu kikolebwa n'ekigendererwa Eky'okuzimba

Amakulu Ag'omwoyo Ag'omukazi Okubeera nga 'Asirika mu Kkanisa'

Ebintu byonna Bikolebwe nga bwe Kisaana era mu Mpisa Ennungi

Olina Okubeera N'okwagala nga Tonnafuna Ebirabo Eby'omwoyo

Mugobereranga okwagala; naye mwegombenga ebirabo eby'omwoyo, naye ekisinga mubuulirenga. Kubanga ayogera olulimi tayogera eri bantu, wabula Katonda, kubanga siwali awulira; naye mu mwoyo ayogera byama Naye abuulira ayogera eri abantu ebizimba, n'ebisanyusa, n'ebigumya. (14:1-3)

Nga abakkiriza tulina okuyaayaanira obwakabaka obw'omu ggulu n'ebintu eby'omwoyo, so si ebintu eby'ensi. Tulina okufuba ennyo okulaba nti tufuuka abantu ab'omwoyo. Okusobola okukola kino, twetaaga amaanyi n'ebirabo. Era tulina n'okusaba obutalekaayo.

Ekyawandiikibwa waggulu kitugamba nti tulina okunoonya okwagala era tulina okubeera n'okuyaayaana kungi eri ebintu eby'omwoyo, naddala ekirabo aky'obunnabbi. Wagamba nti okuyaayaanira ebirabo eby'omwoyo kulina kuva munda w'empagi ez'okwagala. Eyo yensonga lwaki okwagala okw'omwoyo kunnyonyolwa mu ssuula evuddeko.

Bwe tutabeera na kwagala okw'omwoyo, Katonda tasobola kutuddamu bwe tusaba ebirabo eby'omwoyo. Omuntu yenna bwagamba nti alina amaanyi oba nti asobola okwogera obunnabbi naye nga tamanyi Mazima era nga talina kwagala okw'omwoyo, olwo nno abeera wa bulimba. Katonda ayinza atya okuwa omuntu ebirabo eby'omwoyo atalina kwagala?

Yensonga lwaki tulina okufuna okwagala n'okutambulira mu kwagala okusooka. Olwo nno ne Katonda anaatuwa ebirabo eby'Omwoyo Omutukuvu gye tukoma okuteekateeka okwagala okwo mu ffe. Bwe tutambulira mu kwagala okw'omwoyo, kijja kujja kyokka ffe okubeera nga tusaba okufuuka abantu ab'omwoyo. Abo abateeseteese okwagala okw'omwoyo era babeera bayaayaanira ebirabo eby'omwoyo ku lw'obwakabaka n'obutuukirivu bwa Katonda, olw'emyoyo, n'okugenda ku mitendera egy'ebuziba egy'omwoyo. Eriyo ebika eby'ebirabo eby'omwoyo bingi, naye Pawulo atugamba nti tulina okuyaayaanira obunnabbi.

Okwogera mu nnimi y'essaala ey'omwoyo gwaffe Katonda gyawulira. Katonda yekka yategeera ebiri mu ssaala eyo. N'omuntu yennyini asaba mu nnimi tategeera byayogera okuggyako ng'afunye ekirabo eky'okuvvuunula ennimi. Era, n'omulabe Setaani naye tagitegeera, era tasobola kulemesa ssaala eyo okuwulirwa.

Okusabira mu mutima, n'okusabira mu mwoyo byawukana. Eky'okulabirako, bw'osaba nti, "Katonda wange, ndi mukoowu nnyo kati, naye mpa amaanyi nneme okukoowa," olwo, esaaala eno ebeera ya mu mutima. Obeera omanyi kyosabira. Naye essaala ey'omu nnimi togitegeera, kubanga omwoyo gwo gwe gusabira ebintu eby'omwoyo.

Okwagala kunoonya ebirungi ku lw'abalala mu kifo ky'okwenoonyeza ebyakwo. N'olwekyo kino era kinyonyola lwaki tulina okuyaayaana okulagula engeri gye tubeera nga tulagula abalala okusobola okufunamu.

Oyo alagula ayogera eri abantu olw'okuzimba olw'okusanyusa n'okugumya. Kino kitegeeza okulagula oba ekirabo eky'obunnabi kiganyula balala ku lw'okubeera obulungi okw'abalala. Era kibaawo olw'okubawa emirembe n'okubabudaabuda okubatwala eri ekkubo etuufu ery'okukwata. Mu ngeri eno, okulagula kuleetera abantu okusaba, okwenenya ebibi byabwe, n'okwongera okwagala Katonda, n'okusembera okumpi ne Katonda. Yensonga lwaki obunnabbi kubeerawo olw'okuzimba, okugumya n'okusanyusa abalala.

Okusaba mu Nnimi, Olulimi Olw'essaala Ey'omwoyo

Ayogera olulimi yeezimba yekka, naye abuulira azimba ekkanisa. Kale mbaagala mwenna mwogerenga ennimi, naye waakiri mubuulirenga, era abuulira ye asinga obukulu ayogera ennimi, wabula ng'ategeeza, ekkanisa eryoke ezimbibwe. (14:4-5)

Katonda ayagala okuwa buli omu ekirabo eky'ennimi, era omukkiriza yenna asobola okukifuna. Pawulo agamba ayagala buli omu okufuna ekirabo eky'ennimi kubanga omwoyo gw'oyo asaba mu nnimi guganyulwamu.

Wabula wadde guli gutyo, oyo alagula azimba ekkanisa. Obunnabbi busobola okusiga okukkiriza mu mukkiriza omwoyo gwe ne gusobola okukulaakulana. Kuganya abantu okwagalana n'okugonjoola ebizibu. Oyo alagula azimba ekkanisa kubanga obunnabbi butuukiriza obwakabaka bwa Katonda n'obutuukirivu ne bikwatagana.

Naye obunnabbi bwe bubeera buleetawo okutabuka oba ebizibu ebirala byonna mu kkanisa, gubeera mulimu gwa Setaani, era tulina okukyegendereza ennyo.

Eri omuntu asaba mu nnimi okuzimba ekkanisa, abeera alina okufuna n'ekirabo eky'okuvvuunula ennimi. Kale, ne bwabeera nga talagula, asobola okuvvuunula ennimi z'abantu abalala, era asobola okuzimba n'okubagumya nga bwe kyandibadde ne mu bunnabbi.

N'ekirabo eky'okuvvunula ennimi, omuntu asobola okwekebera okulaba awuliziganya kyenkana ki mu ng'eri ey'ebuziba ne Katonda n'essaala ze za mwoyo kyenkana ki, asobole okugezaako okwongera okutambulira mu Kigambo kya Katonda.

Ekyawandiikibwa kigamba, "...era abuulira ye asinga obukulu ayogera ennimi, wabula ng'ategeeza, ekkanisa eryoke ezimbibwe." Naye kino tekitegeeza nti tulina kwogera mu nnimi okuggyako nga zivvuunuddwa, si lwakuba nti zisinga okulagula. Oyo alagula ateekwa okuba nga yafuna n'ekirabo eky'ennimi endala. Tulina okusaba mu nnimi emyoyo gyaffe gisobole okubeera obulungi era tusobola okufuna n'ekirabo eky'obunnabbi.

Oyo Asomesa Alina Okuvuza Omulere mu Ddoboozi Eritegerekeka Obulungi

Naye kaakano, ab'oluganda, oba nga ndijja gye muli nga njogera ennimi, ndibagasa ntya, bwe ssiryogera nammwe oba mukubikkula, oba mu kutegeera, oba mu kubuulira, oba mu kuyigiriza? Era n'ebitali biramu, ebireeta eddoboozi, oba ndere, oba nnanga, bwe bitaleeta kwawula mu kuvuga, kitegeerwa kitya ekifuuyibwa oba ekikubibwa? Kubanga n'akagombe bwe kavuga eddoboozi eritategeerekeka, ani alyeteekateeka okulwana? (14:6-8)

Singa omutume Pawulo yasigala asaba mu nnimi zokka mu kkanisa y'e Kkolinso, tekyandigasizza bakkiriza kubanga tebanditegedde. Kale, yayogera mu nnimi era n'abasomesa okuyita mu kubikkulirwa, oba mu ngeri ey'okumanya. Okusaba mu nnimi, okusomesa mu ngeri y'okubikkulirwa ne mu ngeri ey'okumanya, n'obunnabbi, ebintu bino byonna wamu, bisobola okuganyula abalala.

Omulere oba ennanga bigasa abantu bwe bivaamu amaloboozi agategerekeka obulungi. Mu ngeri y'emu tulina okukozesa obulungi ebirabo eby'enjawulo. Eky'okulabirako, omuntu alina ekirabo ky'obunnabbi bwatandika okusaba sente, abeera akozesa bubi ekirabo kye. Kabonero akalaga nti akutte ekkubo ery'okuzikirira. Kati olwo obunnabbi obw'ekikula ekyo bugasa butya abalala?

Waliwo edda lwe baakozesanga omulere eri abasirikale okubawa obubaka obw'enjawulo gamba nga okubazuukusa; okulanga obulumbaganyi; okubategeeza basonge mu

Profecía y lenguas 191

maaso oba okudda ennyuma, oba okubalabula nti omulabe abatuuseeko. Singa omulere guno tegwafuuyibwanga bulungi, banditabuddwatabuddwa oba n'okuwangulwa. Kandibadde katyabaga kennyini, singa omulere ogubagamba okudda emabega, ate guvuga ng'ogubagamba okulumba.

Kati katutunuulire amakulu ag'omwoyo ag'olunyiriri luno.

Omusumba bwatayigiriza ekintu ekituufu mu kkanisa, emyoyo gy'aba memba b'ekkanisa tegisobole kukulaakulana era tebasobola kuyimirira ku lwazi olw'okukkiriza. Ekkanisa erina okufuuwa omulere omutuufu era ogutegerekeka obulungi n'okulabula olw'okuwa ebiragiro, ekisibo kisobole okwetegeka ku lw'olutalo olw'omwoyo.

Omulabe setaani agenda awuluguma ng'empologoma enoonya gw'enaalya mu nsi muno. Okuwangula omulabe setaani, tulina okufuuka abasirikale abatuufu ab'omusalaba. Abasirikale basobola okulwana obulungi bwe bawulira omulere omufuuwe obulungi. Kwe kugamba, abakkiriza okusobola okuwangula olutalo olw'omwoyo, balina okutegeera envuga y'Ekigambo kya Katonda obulungi era bakitambuliremu.

Kino okusobola okubaawo, omuyigiriza alina okufuuwa 'omulere' omutuufu. Si basumba bokka wabula n'abakulembeze mu buli kitundu okusomesa n'okulung'amya mungeri entuufu. Naye omuzibe bwakulembera muzibe munne, bombi bagwa mu kinnya. Abakulembeze balina okukitegeera nti ensobi emu gye bakola mu bigambo byabwe eyinza okuviirako abakkiriza okwesittala oba okugwa. Kale balina okutuusa ku bantu okwagala kwa Katonda n'amaanyi nga bajjukira obuvunaanyizibwa bwabwe.

Bwe mutyo nammwe bwe mutaaleetenga mu lulimi eddoboozi eriwulikika amangu, ekyogerwa kinaategeerwanga kitya? kubanga mulyogerera mu bbanga. Mpozzi waliwo mu nsi engeri z'ennimi bwe ziti, so siwali ngeri eterina makulu. Kale bwe ssimanya makulu ga ddoboozi, ndibeera ng'ajoboja eri ayogera, n'oyo ayogera alibeera ng'ajoboja eri nze. Bwe mutyo nammwe, kubanga mwegomba eby'omwoyo, mwagalenga okweyongera olw'okuzimba ekkanisa. (14:9-12)

Omubuulizi ne bwabuulira obubaka obw'omwoyo ku kituuti, ekibiina bwe kitategeera tebasobola kubumulungula, olwo kibeera tekirina makulu gonna. Kibeera ng'alaga ekisiige ekirungi ennyo eri omuntu omuzibe ddala, okuba ng'alina amaloboozi g'ozannyira kiggala, oba okusomesa omwana owa nassale ebintu ebisomesebwa omuyizi ow'omutendekero erya waggulu. Abakkiriza bwe babeera tebategeera ebyo ebiri mu bubaka obubuulirwa kujja kubeera ng'okujoboja okutabagasa wadde nakamu. Kye kimu ddala ng'okukozesa olulimi; abantu lwe batategeera, kibeera tekibagasa bbo okuwuliriza ebyogerwa.

Pawulo yagamba, "... kubanga mwegomba eby'omwoyo." Ebirabo eby'omwoyo bwe buvunaanyizibwa obuweebwa okuva eri Katonda na buli kirabo kyonna ekiva eri Katonda olw'ekisa

Kye.

Tulina okusabira ebintu byonna okutuweebwa mu bungi mu kisa kya Katonda n'okutuukiriza obuvunaanyizibwa bwaffe bwonna. Mu kukola kino mwetusobola okwongera okusanyusa Katonda. N'olwekyo tetulina kuwulira ng'abakakiddwa bwe tubeera n'obuvunaanyizibwa obungi okubutuukiriza mu kkanisa, kyokka tulina n'okusaba obusingawo. Kyokka bino byonna birina okukolebwa n'ekigendererwa eky'okunoonya okwagala.

Okusaba mu Nnimi Tekusobola Kuleetera Mutima Kuzaala Bibala

Kale ayogera olulimi asabenga ategeezenga. Kubanga bwe nsaba mu lulimi, omwoyo gwange gusaba, naye amagezi gange tegabala bibala. (14:13-14)

Wano, tetulina kulowooza nti buli muntu yenna ayogera mu nnimi alina okusabira ekirabo eky'okuvvuunula ennimi. Olunyiriri luno lukwatagana ne 1 Abakkolinso 14:1 awagamba nti 'Munoonye okwagala'. Omwoyo Omutukuvu akwata ku mutima gw'abo abalina okwagala okw'omwoyo okusaba ekirabo eky'okuvvuunula ennimi. Kye kimu n'ebibala ebirala. Omwoyo Omutukuvu ajja kukubiriza omutima gwaffe okusabira ebirabo eby'enjawulo gye tukoma okuteekateeka okwagala okw'omwoyo mu ffe.

Olunyiriri 14 lugamba, "Kubanga bwe nsaba mu lulimi, omwoyo gwange gusaba, naye amagezi gange tegabala bibala." Abantu abamu bategeera bubi olunyiriri luno ekivaako ebizibu.

Ffe okusobola okuyingira mu mitendera egy'omwoyo tulina okusaba. Tulina okufuuka abantu ab'omwoyo nga tweggyako ebintu eby'omubiri okuyita mu kusaba. Twetaaga okwogera mu nnimi nga tusaba. Okwogera mu nnimi kuyamba essaala zaffe okutunyweza okusobola okuyingira ku maddaala ag'omwoyo.

Weewaawo, tekitegeeza nti tetusobola kuyingira mu mitendera egy'omwoyo nga tetwogera mu nnimi.

Oyo afunye Omwoyo Omutukuvu ategeera amazima olw'okuyambibwako Omwoyo Omutukuvu, era ng'okutegeera kuno kufuuse emmere ye ey'omwoyo, ajja kufuuka omuntu ow'omwoyo. Omwoyo Omutukuvu amanyi buli kimu ku buli ssekinoomu ku ffe. Omwoyo amanyi obunafu bwaffe, ebintu ebinajja, n'essuubi ery'obulamu obugenda okujja. Omwoyo Omutukuvu era amanyi n'okwagala kwa Katonda.

Wano, tetulina kulowooza nti, "Nfunye Omwoyo Omutukuvu era omwoyo gwange mulamu, kale kati nsobola okutegeera omutima n'okwagala kwa Katonda mu bujjuvu."

Eky'okulabirako, abaana abato bagamba bamanyi maama ne taata waabwe, kyokka kye bamanyiko kyokka kwekuba nti taata ne maama waabwe beebabazaala. Naye abaana abakuze bategeera omutima gw'abazadde baabwe ng'abategeera ebintu ebibakwatako. Bategeera gye baazaalibwa, baasoma kyenkana

Profecía y lenguas

ki, n'emyaka gyabwe, era bayinza n'okumanyaako ekikula kyabwe bwe kiri.

Mu ngeri y'emu, tutegeera omutima gwa Katonda n'okwagala Kwe gyetukoma okufuuka abantu ab'omwoyo. Omwoyo gwaffe tegweyigiriza bintu bino gwokka, wabula gugenda gubitegeera nga guyambibwako Omwoyo Omutukuvu gye tukoma okwambala amazima.

Katugambe nti tulina ennono y'okubala ebintu gye tuyize mu ssomero. Omusomesa asobola okutuyambako bwe tweyambisa ennono eyo okufuna eky'okuddamu. Wabula wadde guli gutyo, omusomesa ayinza okutuyamba nga tumaze kutegeera nnono eyo. Bwe tubeera tetugimanyi, omusomesa tasobola kutuyamba bulungi. Wadde tuweereddwa eky'okuddamu ekituukiridde, tetujja kusobola kubitegeera.

Olwo, lwaki bwe tusaba mu nnimi amagezi gaffe tegabala bibala? Bwe tusaba mu nnimi, tetusabira kuyaayaana kubeera mu mitima gyaffe. Bwe tusaba n'omutima gwaffe, Tusabira ekyo kye twetaaga mu bulamu bwaffe, nga ebyetaago ebisookerwako mu bulamu, okuwonyezebwa obulwadde oba ekizibu mu bizinensi. Eno y'essaala ey'omu mutima esaba ebintu bye twetaaga n'omutima. Naye omwoyo tegusaba bintu ng'ebyo.

Essaala ey'ennimi tesobola kusabira nnyumba kutuweebwa oba okuwonyezebwa endwadde. Omwoyo gwaffe tegusobola kusaba eri Katonda okutuwa emmere ne bwe tubeera bayala.

Amazima gali nti, tetuyinza kumanya oba omwoyo mu ffe asabidde emmere oba nedda ne bwe tusabira olunaku lulamba mu nnimi. Olw'okuba tubeera tetumanyi kye tusabira, n'olwekyo tetusobola kubala bibala eby'okuyaayaana okuli mu mitima gyaffe.

Okusaba mu nnimi kuyamba buyambi emmeeme yaffe okuba obulungi. Kyokka tekusobola kusaba mmere, naye ng'ekisinga okwetaagibwa gye myoyo gyaffe okuba obulungi, kubanga bwe gibeera obulungi buli kimu kijja kututambulira bulungi. Nabwe kityo, ebyetaago byaffe byonna eby'okungulu tujja kubifuna omwoyo gwaffe bwe gunaaba obulungi okuyita mu kusaba mu mwoyo.

Okusaba mu nnimi Kuganyula kutya Omuntu?

Kale, nga tetunneeyongerayo, katumalirize n'emiganyulo egiri mu kusaba mu nnimi.

Ogusooka, Kituleetera, mu kusaba kwaffe, okufuuka abantu ab'omwoyo.

Eky'okubiri, kituyamba ne bunafu bwaffe obw'okungulu.

Bwe tusaba mu nnimi okuyita mu kuyambibwako Omwoyo Omutukuvu, tujja kujjuzibwa Omwoyo era embiri gyaffe gijja kugenda gikyuka mpola okufuuka emiri egy'omwoyo. Olwo nno, tujja kusobola okuwangula obukoowu obw'okungulu. Bwe tubeera tetujjuziddwa Mwoyo, tuyinza okuwulira nga tukooye. Kyokka bwe tukolera Katonda nga tujjudde Omwoyo Omutukuvu, tetuwulira bukoowu. Era, muffe mulimi embala egezaako okunoonya ebintu ebirabika byokka n'ebintu eby'ensi eno. Y'embala enyweza okuteeka mu nkola ekibi. Naye bwe tusaba mu nnimi, tusobola okusuula eri embala ey'ekibi ey'ekika ekyo ne tugiwangula.

Eky'okusatu, kiyamba amaaso gaffe ag'omwoyo okubikukka, ne kituwa obujjuvu bw'Owmoyo, era n'okukuuma emibiri gyaffe nge mirongoofu.

Tubeera mu katyabaga ak'okutambulira mu kizikiza singa amaaso gaffe gabeera mazibe. Bwe twonoona tetusobola kukuuma mibiri gyaffe nga mirongoofu oba nga tegiriiko bbala lyonna. Naye bwe tufuuka abantu ab'omwoyo okuyita mu kusaba mu nnimi, amaaso gaffe ag'omwoyo gajja kubikkulwa, bwe tutuuka awo tusobola okuva ku kibi era ne tukuuma emibiri gyaffe nga tegiriiko bbala era nga mirongoofu.

Eky'okuna, kituyamba okutegeera ebintu ebigenda okujja.

Bwe tujjuzibwa Omwoyo okuyita mu kusaba okw'amaanyi n'okutambulira mu Kigambo kya Katonda, tusobola n'okulaba ebintu ebigenda okujja. Eky'okulabirako, Katugambe tuliko we tulaga, naye amangu ago ne tuwulira okutyemuka omutima nga tuwulira ekintu kitulumiriza obutagenda. Era ne tutagenda, kyokka oluvannyuma ne tutegeera nti waliwo ekintu ekibi ekituuseewo gye tubadde tugenda.

Era, katugambe obadde olinda bbaasi, bbaasi bwetuuka, n'owulira nga toyagala kugirinnya. Bwotyo n'olinda eddako. Mubeera mu kkubo, ng'olengera bbaasi eyabakulembedde yagudde ku kabenje. Mu ngeri nga zino, kisoboka okwewala obubenje ng'obwo n'ebizibu olw'okubeera mu bujjuvu bw'Omwoyo Omutukuvu oyo aganya emyoyo gyaffe okubeera obulungi mu bintu byonna.

Eky'okutaano, kituyamba okuwuliziganya ne Katonda obulungi.

Gye tukoma okufuuka abantu ab'omwoyo, gye tukoma okuwuliziganya ne Katonda obulungi. Abaana abato bafuna bufunyi okwagala okuva eri bazadde baabwe, naye abaana bwe bakula bajja kutegeera omutima gw'abazadde baabwe era babasanyuse. Mu ngeri y'emu, tusobola okugoberera okwagala kwa Katonda mu bujjuvu nga tuwuliziganya bulungi Naye okuyita mu kusaba mu nnimi.

Eky'omukaaga, Zitujjuza n'essuubi ery'obulamu obugenda okujja n'okukkiriza.

Katugambe abantu babiri bazze mu kanisa ku lunaku lwe lumu. Omu ku bo, bwe wayitawo akabanga, n'afuna ekirabo eky'okwogera mu nnimi era n'asaba nnyo kyokka omulala n'ajja buzzi mu kkanisa awatali kuloza ku mwoyo.

Bwe tugeraageranya ababiri bano nga wayiseewo omwaka, wadde babaddenga bajja mu kanisa bombi era ne basabanga bombi, oyo asabye mu nnimi, ajja kubeera n'essuubi lingi mu bwakabaka obw'omu ggulu n'okukkiriza kwe nga kusinga okwa munne. Kiri bwe kityo lwakuba abeera ajjuziddwa Omwoyo Omutukuvu, era nga afunye emiganyulo egy'enjawulo okuyita mu kuyambibwa okw'Omwoyo Omutukuvu ng'eno bwasaba mu nnimi.

Nnasabyanga omwoyo, era nnasabyanga n'amagezi, nnaayimbyanga omwoyo, era nnaayimbyanga n'amagezi. (14:15)

Okusaba mu nnimi awatali kusabira mu kutegeera tekiganya mutima kubala bibala. Era, ne bwe tusaba n'omutima n'okutegeera, tuyinza obutafuna kya kuddamu emyoyo gyaffe bwe gitabeera bulungi. Mu mbeera ng'eno, tuyinza okutabulwatabulwa ne tubulwa eky'okukola. Omutume Pawulo atuwa eky'okuddamu ekirungi eri ebibuuzo mu mbeera ey'ekika kino.

Gamba nga, okusaba mu kutegeera ne mu mwoyo.

Okutwaliza awamu, bwe tusaba mu kutegeera kwokka ne mu birowoozo byaffe, tetusobola kusabira bbanga ddene. Abo abatamanyiiridde kusaba bayinza obutasobola kwogera ku bintu bingi okubisabira. Kino bwe kituukawo basobola okusaba mu nnimi. Bwe tusaba mu nnimi, tulina okweggyako ebirowoozo ebitambulatambula ne tuteeka essira ku kusaba mu nnimi kwokka. Oluvannyuma tuyinza okuddamu okusaba mu kutegeera kwaffe. Bwe tuwulira nti kifuuse kizibu okweyongerayo, olwo tusobola okuddamu okugenda mu nnimi. Bwe tutyo ne tugenda nga tukyusakyusa, bwe tusabako mu nnimi nga bwe tusabako ne mu kutegeera.

Okuyimbyanga omwoyo, n'okuyimbyanga amagezi

Ekiddako kigamba nti, "nnaayimbyanga omwoyo, era nnaayimbyanga n'amagezi." Okuyimba mu mwoyo n'okuyimba mu magezi bya njawulo. Wano, okuyimba kwe kutendereza n'amaloboozi obulungi n'amaanyi ebya Katonda nga tulaga okwebaza kwaffe Gyali.

Bwe tweyongerayo mu mitendera egy'ebuziba egy'okusaba mu nnimi, tuyinza okutandika okuyimba nga tutendereza mu kwolesebwa okw'Okw'omwoyo Omutukuvu. Twateranga okuyimba nti, "Nkutendereza ggwe Katonda ataggwaawo. Njaguza nga bwe nkwebaza."

Mu biseera ng'ankyali mu ttendekero ery'eddiini, n'asabanga ekiro kyonna mu kkanisa gye n'agendangamu. Mu kiseera ekyo ng'olumu ntandika okuyimba mu mwoyo mu kwolesebwa kw'Omwoyo Omutukuvu era ng'omubiri gwange gutambulira kumu n'okutendereza. Ng'emikono gyange gigenda waggulu nga sikirowoozezza nako era ng'olumu ntandika okuzina.

Bwe weeyongerayo ku mitendera egy'ebuziba okusinga kukuyimba mu mwoyo, ojja kutandika okuzina olw'okwolesebwa kw'Omwoyo Omutukuvu, era bwe weeyongerayo mu mitendera egy'ebuziba n'otandika okwogera mu lulimi olw'amaanyi. Katugambe oli mu mbeera ng'olumbiddwa omuzigu. Olwo nno amangu ago ojja kutandikirawo okwogera mu 'lulimi luno olw'amaanyi'. Setaani ajja kudduka okuyita mu lulimi luno, era emikono gy'omuzigu giyinza okusanyalala okumala akaseera oba ayinza okukyusa ekirowoozo n'agenda bugenzi oleme okufuna ebizibu oba okukutuusaako obulabe. Ensi ey'omwoyo teggwaayo.

Omutume Pawulo Yasabiranga nnyo mu nnimi

Kubanga bw'osaba omukisa mu mwoyo, abeera mu kifo ky'oyo atamanyi anaddangamu atya nti "Amiina" olw'okwebaza kwo, bw'atategeere ky'oyogedde? Kubanga ggwe weebaza bulungi, naye omulala tazimbibwa. Nneebaza Katonda, mbasinga mwenna okwogera ennimi, naye mu kkanisa njagala okwogeranga ebigambo bitaano n'amagezi gange, ndyoke njigirizenga n'abalala, okusinga ebigambo akakumi mu lulimi obulimi. (14:16-19)

Okusaba mu nnimi kireetera emyoyo gyaffe okubeera obulungi, naye tekitegeeza nti tetujja kusabira balala wadde nakatono bwe tusabira mu nnimi. Naye ne bwe tusabira abalala tebasobola kutegeera awatali kuvvuunula nnimi ezo, kale bwe kityo ne kibeera nga tekizimba era tekibaganyula. Era emyoyo gyaffe bwe gisabira omuntu omulala omukisa, omuntu oyo tasobola kukitegeera bwatyo tasobola kuddamu nti 'Amiina' oba okwebaza olw'ekyo.

Naye tekitegeeza nti tetulina kusabira mu nnimi. Tulina okusabira ennyo mu nnimi kubanga kiganyula emyoyo gyeffe, wadde tezibaza magezi gaffe bibala.

Omutume Pawulo yasaba mu nnimi okusinga omuntu omulala yenna. Abantu abamu bategeera bubi essuula 14 eya Bakkolinso nga basomesa nti tetulina kusaba mu nnimi kubanga tetukifunamu. Olw'okuba nti waali wayinza okubaawo okutabulwa okwengeri eno, omutume Pawulo kwe kugamba nti tulina okusaba ennyo mu nnimi bwe yagamba nti, "Nneebaza Katonda, mbasinga mwenna okwogera ennimi."

Wano bwe yagamba nti, "mbasinga mwenna okwogera ennimi," kitegeeza nti yasabanga nnyo mu nnimi, mu ngeri eyeebuziba era ku mutendera ogwa waggulu okusinga memba omulala yenna ow'ekkanisa y'e Kkolinso nti era yazisabirangamu mu bungi. Pawulo yagamba nti yali yeebaza Katonda kubanga yali asaba nnyo mu nnimi mu bungi bwazo n'obulungi bwazo.

Era nga yali tayagala bantu kubitegeera bubi batuuke

okwogera ebigambo nga "Nnina kusaba mu nnimi zokka ng'omutume Pawulo," kino yayongera okukinyonyola ng'agamba nti naye mu kkanisa njagala okwogeranga ebigambo bitaano n'amagezi gange, ndyoke njigirizenga n'abalala, okusinga ebigambo akakumi mu lulimi obulimi.

Watya nga mbulira mu nnimi zokka, so si mu lulimi abantu lwe bategeera. Olwo abantu bayinza kubitegeera kuyita mu kuvvuunula. Obubako obwo bujja kubeera tebulina gwe bugasa bwe watabaawo muvvuunuzi wa nnimi. N'olwekyo, tulina okusaba ennyo mu magezi ne mu nnimi.

Okugeraageranya Ennimi N'obunnabbi

> Ab'oluganda, temubanga baana bato mu magezi, naye mu ttima mubeerenga baana bawere, naye mu magezi mubeerenga bakulu. (14:20)

Tuyinza kutegeera tutya nti amagezi ag'omwana omulenzi ow'emyaka essatu ganjawulo ku magezi ag'omuvubuka ow'omyaka 20?

Omwana ow'emyaka essatu, n'abo bonna abagenda mu nnasale okutwaliza awamu, tebasobola kutegeera bubaka bwa mwoyo. N'olwekyo tulina okufuuka abantu abakulu mu magezi, so si abaana. Naye bwe kituuka ku magezi agataliimu mazima, kisingako okubeera ng'abaana abato mu kutegeera. Olunyiriri olwo kyerutegeeza bwe lwogera nti, "naye mu ttima mubeerenga baana bawere."

Abaana nga bakula, batandika okwonoonebwa ekibi. Obubi mu bo nga bakyali ba myaka ebiri bwawukana kw'obwo bwe babeera n'abwo nga bali ku myaka etaano ate era bwa njawulo bwe batuuka ku myaka 10 ne bwe babeera ba myaka 20. Bayingiza obubi obusingako bwe bagenda bakula. N'olwekyo, tulina okufuuka ng'abaana mu bubi.

Kyokka tekitegeeza nti abaana abawere tebalina kibi. N'abo balina ekibi kye baazaalibwa nakyo ekisikire okuva ku bazadde baabwe. So nga abaana bano babeera bakyali batukuvu era bagondera bazadde baabwe bulungi nnyo.

Naffe tulina okufuuka abato mu bubi era togondere Ekigambo kya Katonda. Mu kiseera kye kimu, tulina okutandika okukuulayo agatali mazima gonna n'obubi ebibadde bituyingiramu nga tukula.

Nga tuwuliriza Ekigambo eky'amazima tutandika okweggyako obubi, awo amateeka g'omubiri gwaffe n'amateeka g'Omwoyo Omutukuvu n'ebirwanagana, era tuyinza okuwulira nti kizibu. Mu mbeera ng'eno, waliwo engeri ennyangu ey'okwewala obukuubagano buno. Kwe Kugondera obugondezi Ekigambo kya Katonda nga bwe kiri era tweggyeko obubi mu ngeri eyo. Tubeera tulafubana kubanga tulemereddwa okukola kino.

Katugambe ogezaako okuva ku mwenge, naye ng'okyakwatagana ne mikwano gyo gye wanywanga nagyo mu ngeri emu oba endala. Oyinza n'okulowooza bizinensi yo eyinza okufuna obuzibu, bakama bo n'emikwano gyo bwe batakulaba ng'onywa nabo. Olowooza nti ojja kufuna obuzibu okukuuma omukwano gwa mikwano gyo n'abo b'oyita n'abo mu nsi muno, n'okwewolereza okw'ekika ekyo, abantu nga bano tebasobola kulekayo kunywa mwenge olwabo abantu abakyaliwo.

Naye nga ddala bwosalawo okugoberera amazima okusobola okusanyusa Katonda, Omwoyo Omutukuvu ajja kukuyamba era tojja kufuna buzibu bwonna okuva ku mwenge. Kyonna kiva ku ngeri gyokolamu okusalawo. Kye kimu n'ebibi ebirala byonna.

Engero 9:10 wagamba, "Mu kutya MUKAMA amagezi mwe gasookera." Olwo lwaki mu kutya MUKAMA amagezi mwe gasookera? Bwobaako omuntu gwotya, osobola okukkiririza mu kigambo kye era n'okigondera. Mu ngeri y'emu, bwotya Katonda osobola okumukkiririzaamu n'okumugondera. Ng'okuuma amateeka Ge mu ngeri eno, osobola okweggyako agatali mazima mu kifo ekyo n'oteekawo amazima mu ggwe osobole okufuuka atukuziddwa.

Nga ne mu Yakobo 3:17 bwe wagamba, "Naye amagezi agava waggulu okusooka malongoofu," akakwakkulizo akasooka ak'okubeera n'amagezi bwe bulongoofu, nga kwe kutukuzibwa. Bw'obeera otukuziddwa osobola okufuna amagezi agava mu ggulu, era eyo yensonga lwaki mu kutya MUKAMA amagezi mwe gasookera. Ne Pawulo atugamba nti tetulina kubeera baana mu magezi agava waggulu wabula tubeere abato mu bubi.

Lwaki Ennimi Kabonero K'abattakkiriza?

Kyawandiikibwa mu Mateeka nti ndyogera n'abantu bano mu bantu ab'ennimi endala ne mu mimwa gya bannaggwanga, era newakubadde bwe kityo tebalimpulira, bwayogera Mukama. Ennimu kyeziva zibeera akabonero, si eri abo abakkiriza, wabula eri abatakkiriza, naye okubuulira tekubeera kabonero eri abatakkiriza wabula eri abakkiriza (14:21-22)

Wano, 'abantu bano' kitegeeza abo abalina emitima emikakanyavu (Isaaya 28:10-12). Olwaleero, eriyo abantu bangi abatawuliriza kubanga balina emitima emikakanyavu. Era 'ennimi' kabonera ak'abantu ab'ekika ekyo.

Naye tolina kutegeera bubi bigambo ebyo ng'olowooza nti, 'Ekitegeeza okwogera mu nnimi kw'abatali bakkiriza bokka.' Wano, 'abatali bakkiriza' kitegeeza abo abatakkiriza mu bakkiriza. Bajja mu kkanisa naye nga tebakkiriza mu bujjuvu, nga balina okubuusabuusa mu bo. Baafuna Omwoyo Omutukuvu, naye okukkiriza kwabwe kusobola okutwalibwa embuyaga, era okukkiriza kwabwe tekukula. B'ebo abalina okukiriza okumanye obumanyi. Okwogera mu nnimi kw'abantu ab'ekika kino.

Abantu nga bano bwe bafuna ekirabo eky'ennimi era ne bagezaako nga bwe basobola okusaba mu nnimi, okukkiriza kwabwe nakwo kusobola okukula. Kye kiva kibeera nti okwogera mu nnimi kabonero eri abantu ng'abo.

Kigambibwa nti obunnabbi si bwabo abatakkiriza, wabula bw'abakkiriza. Lwaki kiri bwe kityo? Ng'okukkiriza kwaffe kugenda kukula, tugenda tweyongera okuyaayaanira obunnabbi. Tusobola okugenda ku mitendera egy'ebuziba egy'omwoyo era ne tweyongera okujjuzibwa Omwoyo, bwe tufuna obunnabbi.

Obunnabbi butuganya okutegeera ebintu bye tubadde tetutegeera. Abo abalina okukkiriza bajja kugondera obunnabbi basobole okugenda mu mitendera egy'ebuziba egy'omwoyo. Na bwe kityo, obunnabbi buyamba abakkiriza.

Kale ekkanisa yonna bw'eba ng'ekung'aanidde wamu, bonna ne boogera ennimi, ne wayingira abatamanyi oba abatakkiriza, tebaligamba nti mulaluse? (14:23)

Ba memba b'ekkanisa bonna bwe bakung'aana ne boogera mu nnimi, abo abatannafuna kirabo ekyo n'abatali bakkiriza tebabitegeera. Olwo nno, bayinza okulowooza nti ekifo kye bazzeemu kikyamu.

N'olwekyo, tulina okwefuga mu kutambuza okukkiriza kwaffe okw'ekikristaayo tuleme okuleetawo okuyigganyizibwa okuteetaagisa nga kujja gye tuli. Tulina n'okuganya abakkiriza abaggya okutegeera ebintu bino obulungi, okubuulira kwe njiri kuleme okulemesebwa oba okuziyizibwa.

Emiganyulo gy'obunnabbi

Naye bonna bwe babuulira, ne wayingira atakkiriza oba atamanyi, anenyezebwa bonna, asalirwa bonna omusango, ebyama eby'omu mutima gwe birabisibwa, era bwatyo alivuunama amaaso, n'asinza Katonda, ng'ayogera nga Katonda ali mu mmwe ddala. (14:24-25)

Obunnabbi kabonero akabakkiriza, naye nga kirabo ekiyamba n'abatali bakkiriza. Kino kye kirungi ku bunnabbi. Okuyita mu bunnabbi, buli omu asobola okufuna ebigambo byennyini eby'amagezi oba okuwabula, kale asobola okutegeera nti ddala Katonda gyali. Era, abo abalinamu ku mutima omulungi bajja kulowooza nti, "Ayinza atya okumanya omutima gwange obulungi bwatyo? Katonda ateekwa okuba ali wamu naye," bwe bawulira obunnabbi. Basobola okwenenya era ne bakkiriza Yesu Kristo.

Okusobola okutegeera obunnabbi, tulina okulowooza ku bintu bibiri: ekimu ky'abakkiriza ekirala ky'abatali bakkiriza. Si buli muntu nti ajja kukkiriza Katonda era yeenenye bwanaawulira obunnabbi. Stefano bwe yayogera ku bibi byabwe, abantu ababi baamukuba amayinja ne bamutta (Ebikolwa essuula 7). Abo abalina emitima emirungi bajja kwenenya naye ababi bajja kusala emisango bwe banaawulira obunnabbi.

Waliwo ebibi n'ebirungi bwe tuwa obunnabbi: abantu ababi bajja kuyigganya bannabbi kyokka abantu abalungi bajja kukkiririza mu kubeerayo kwa Katonda era abakkiriza basobola okukula mu bwangu ddala mu kukkiriza.

Buli Kimu Kikolebwe Olw'okuzimbibwa

Kale kiri kitya ab'oluganda? Bwe mukung'aana buli muntu alina oluyimba, alina okuyigiriza, alina ekimubikkuliddwa alina olulimi, alina okutegeeza, Byonna bikolebwenga olw'okuzimba. (14:26)

Mu kkanisa, eriyo enkung'aana za mirundi mingi gamba nga okusaba, enkung'ana za seero, n'okukung'anira mu kusaba okulala kwonna. Bwe tukung'ana mu Mukama, tuyimba ennyimba ez'okutendereza eri Katonda era ne tusomesa Ekigambo. Kyokka wabaawo n'okubikkulirwa wamu n'okwogera mu nnimi.

Bino byonna bikolebwa olw'okwagala kwa Katonda n'ebiragiro Bye. Kale, bwe tukung'ana, tulina okubeera ne byonna – okutendereza, ekigambo, okubikkulirwa, ennimi, n'okuvvuunula ennimi. Tetulina kubeera na kintu kimu oba bibiri ebituukirizibwa; buli kimu tulina okukikola, kyokka nga buli kimu kikolebwa olw'okuzimba. Olunnyiriri luno lwawandiikibwa ebirabo bya Katonda bisobole okukozesebwa obulungi waleme okubaawo okutabulwa.

Okwogera mu nnimi kwanyonnyoddwa dda waggulu awo. Wano, kanjogereko katono ku 'kubikkulirwa'.

Okubikkulirwa kye ki?

Olwaleero, omusumba bwagamba nti afuna okubikkulirwa, abantu bangi bagamba omusumba oyo byakola tabimanyi tulekerawo okugenda mu kkanisa ye. Kino bakyogera olw'okubulwa okumanya kw'Ekigambo kya Katonda.

Enkuluze eya The Merriam-Webster's Online Dictionary enyonnyola ekigambo okubikkulirwa nti 'okubikkulirwa' kye kintu Katonda kyabikkulidde abantu.

Abo abakkiriza Yesu Kristo bafuna Omwoyo Omutukuvu. Era ekyo Omwoyo Omutukuvu kyaganya abakkiriza bano okutegeera kwe kubikkulirwa. Abaruumi 8:14 wagamba, "Kubanga bonna abakulemberwa Omwoyo gwa Katonda, abo be baana ba Katonda." N'olwekyo, abakkiriza kijja kyokka ne bawuliziganya ne Katonda mu mwoyo era ne bafuna okulung'amizibwa Kwe.

Omutume Pawulo yagamba nti, "Kubanga mbategeeza, ab'oluganda, nti enjiri eyabuulirwa nze, si ya buntu, kubanga nange ssaagiweebwa muntu, so siyigirizibwanga, wabula mu kubikkulirwa kwa Yesu Kristo" (Abaggalatiya 1:11-12). Enjiri gye yabuulira teyamusomesebwa muntu yenna oba okusomebwa okuva mu kitabo kyonna wabula olw'okuyita mu kubikkulirwa kwa Yesu Kristo.

Yesu naye yagamba mu Matayo 11:27, "Ebintu byonna byankwasibwa Kitange, so tewali muntu amanyi Omwana wabula Kitaawe, so tewali muntu amanyi Kitaawe, wabula Omwana na buli muntu Omwana gwayagala okumubikkulira."

Okubikkulirwa 1:1-3 wasoma nti, "Okubikkulirwa kwa Yesu Kristo Katonda kwe yamuwa okulaga abaddu Be ebigwanira okubaawo amangu, n'abulirira mu malayika We ng'amutuma eri omuddu we Yokaana eyategeeza ekigambo kya Katonda n'okutegeeza kwa Yesu Kristo byonna bye yalaba. Alina omukisa oyo asoma, n'abo abawulira ebigambo by'obunnabbi buno, era n'abakwata ebiwandiikiddwa mu bwo, kubanga ekiseera kiri kumpi."

Ebintu byonna mu ggulu ne ku nsi byatondebwa olw'elinnya lya Yesu Kristo, n'okubikkulirwa nakwo kuweebwa Yesu Kristo. Era yensonga lwaki Mukama ye Kabaka wa bakabaka era Mukama wa bakama.

Amakulu ga "Kubanga bannabbi bonna n'amateeka baalagula okutuusa ku Yokaana"

Abamu bawakana nga bagamba nti Bayibuli egamba nti okubikkulirwa kwakoma ku Yokaana Omubatiza, nti era tetusobola kubikkulirwa leero. Naye kino kibaawo lwakuba bategeera bubi olunyiriri luno. Matayo 11:13 wagamba, "Kubanga bannabbi bonna n'amateeka baalagula okutuusa ku Yokaana." Wano, tekyogera nti 'okubikkulirwa' wabula 'obunnabbi'. Okutwaliza awamu, kwe kulanga ekintu ekinaabaawo mu maaso eyo, naye obunnabbi mu Matayo essuula 11 tebutegeeza ekyo. Olwo, lutegeeza ki? Endagaano Enkadde bwe bubaka obwogera ku Mulokozi Yesu eyali ow'okujja. Abaana ba Isiraeri baayayaanira nnyo Omununuzi okujja. Era bannabbi bonna ne bawanga obunnabbi okutuusa ku Yokaana Omubatiza, nti Omununuzi, Omulokozi Yesu yali ajja gye tuli.

Kyawandiikibwa mu Abaebbulaniya 10:1, "Kubanga Amateeka, bwe galina ekisiikirize eky'ebirungi ebyali bigenda okujja, so si kifaananyi kyennyini eky'ebigambo ne ssaddaaka ezitajjulukuka, ze bawaayo obutayosa buli mwaka buli mwaka tebayinza ennaku zonna kutuukiriza abo abazisemberera ..." Yesu era yagamba mu Yokaana 5:39, "Munoonye mu byawandiikibwa, kubanga mulowooza nti mu byo mulina obulamu obutaggwaawo, n'ebyo bye bitegeeza ebyange."

Nolwekyo, obunnabbi obwo bwalina kukoma ku Yokaana Omubatiza, eyategekera Mukama ekkubo, Omulokozi eyali agenda okujja. Kyokka wadde guli gutyo, tetulina kutegeera bubi olunyiriri olwo waggulu nga tulowooza nti tetusobola kufuna kubikkulirwa olwaleero.

Wagamba mu Abaefeso 3:3, "bwe nnategeeza ekyama mu kubikkulirwa, nga bwe nnawandiika edda mu bigambo ebitono." Tusobola okulaba ebiseera eby'omumaaso okuyita mu kubikkulirwa. Amosi 3:7 n'awo wagamba, "Mazima

MUKAMA Katonda taliiko ky'alikola wabula ngabikkulidde abaddu be, bannabbi ekyama Kye." Wagamba Katonda ddala anaalaga abaddu Be abaagalwa ebintu ebigenda okujja.

Yesu Kristo y'omu okuva mu myaka 2,000 egiyise n'okutuuka leero (Abaebbulaniya 13:8). Era nga, mu Ndagaano Empya, bye biro nga tusonyiyibwa ebibi byaffe, era tusobola okumanya ku Katonda n'okuwuliziganya Naye obulungi ennyo olw'emirimu gy'Omwoyo Omutukuvu. Tusobola okutuusa ku bantu okwagala kwa Katonda n'omutima Gwe mu butuufu bwabyo bwe tufuna okubikkulirwa kwa Katonda okuyita mu kuwuliziganya Naye.

Omuntu bwayogeranga olulimi, boogerenga babiri oba nga bangi babeere basatu, era mu mpalo, era omu avvunuulenga. Naye oba nga tewali avvuunuula asirikenga mu kkanisa, ayogererenga mu mmeeme ye era ne Katonda. (14:27-28)

Bwe boogera mu nnimi, babiri oba basatu ku bbo balina okusooka okufuna okuvunnuula. Naye Pawulo teyagamba nti tebalina kwogera mu nnimi, bwe babeera tebalina muvvuunuzi, wabula basabe eri Katonda yekka. Pawulo yabagamba basirikenga mu kkanisa kubanga tebayinza kumala googerera buli wamu oba buli ssaawa mu nnimi, wabula bagoberera enkola ennungi n'emirembe.

Bw'oba osaba mu kasirise, omuntu bwasaba mu nnimi, oyinza okuccankalanyizibwa. Era, tolina kwogerera mu nnimi nga ggwe wekka, nga n'abantu abalala basaba. Akulembeddemu saviisi bwagamba nti tusabire ekintu gundi eky'okulabirako tusabire okuzimba ekkanisa, mwenna wamu, mulina okusabira ekyo. Tekubeera kuzimba bw'osaba mu nnimi ggwe nga ggwe mu mbeera eno.

Naye mu kusaba nga buli omu asabira bibye, osobola okwogera mu nnimi nga bwoyagala. Tulina okwegendereza ekifo n'embeera mwe tusabira mu nnimi.

Engeri Obunnabbi gye bulina Okwogerebwa

Ne bannabbi boogerenga babiri oba basatu, n'abalala baawulenge. Naye omulala atudde bwabikkulirwanga, eyasoose asirikenga. Kubanga mwenna muyinza okubuuliranga kinnoomu bonna bayigenga, era bonna basanyusibwenga; (14:29-31)

Bwe wabaawo bannabbi bangi era bonna ne babeera mu kuwa obunnabbi wano ne wali, kiyinza okutabula ennyo. Bwe wabaawo bangi abawa obunnabbi, omu alina okulinda munne n'amaliriza olwo n'abalala ne bakikola mu ngeri esaana.

Obunnabbi nga bugenda mu maaso, abalala balina okwawulanga obunnabbi. Kitegeeza nti balina okuwa obunnabbi n'Ekigambo kya Katonda kubanga obunnabbi buyinza okubeera obunnabbi obukyamu obuvudde eri Setaani.

Omuntu omulala bwabikkulirwa ng'oli mu kuwa obunnabbi, sooka osirike owulirize, kubanga mu bibala omwenda eby'Omwoyo Omutukuvu, mubaamu okugumiikiriza n'okwegendereza, era nga waliwo Omwoyo Omutukuvu omu. Bwogenda mumaaso n'okuwa obunnabbi, kubeera kwonoona enkola ennungi ey'ebintu n'obanga aleetawo okutabulwa. Togezaako kuwa bunnabbi ggwe wekka. Omu ayinza okuwa obunnabi bwe mu biseera eby'enjawulo, era ng'ekigambo eky'obunnabbi bwe kiweebwa ku lw'abantu ab'enjawulo, buli muntu oyinza okumugamba obunnabbi bwe kinnoomu, mu kiseera eky'enjawulo.

...n'emyoyo gy'abannabbi gifugibwa bannabbi, kubanga Katonda si wa kuyoogaana, naye wa mirembe, nga mu kkanisa zonna ez'abatukuvu. (14:32-33)

Omuntu omulala bwafuna obunnabbi ng'okyawa obunnabbi, olina okwekomako amangu ago. Omukkiriza omuggya asobola okufuna ekisa n'ategeera ebintu bye kkanisa nga bwe bitambula abo abafunye ebirabo bino bwe babeera mu mirembe era nga babikola mu mpisa ennumgi. Abo abafunye ebirabo eby'Omwoyo bwe bakibuusa amaaso ne beekolera nga bwe balabye, tekisobola kuzimba wabula okuleetawo okutabulwa. Tulira okutuukiriza obwakabaka n'obutuukirivu bwa Katonda mu kwagalara n'emirembe.

Amakulu Ag'omwoyo Ag'abakazi 'Okusirikanga mu Kkanisa'

> Abakazi basirikenga mukkanisa kubanga tebalagirwa kwogera, naye bafugibwenga, era nga n'amateeka bwe googera. (14:34)

Abantu abamu bategeera olunnyiriri luno mu makulu ag'okungulu era ne batakkiriza bakazi kwogera mu kkanisa, wadde okubawa ekitiibwa kyonna mu kkanisa. Naye amakulu amatuufu era ag'omwoyo ag'olunyiriri luno ge galiwa?

Okusobola okutegeera olunyiriri luno, tulina okusookera ku bikulu.

Olubereberye 3:16 wagamba, "n'agamba omukazi [Katonda], 'Okwongera naakwongerangako obulumi bwo, n'okubeeranga kwo olubuto, mu bulumi mw'onoozaaliranga abaana, n'okwegomba kwo kunaabanga eri musajja wo, naye anaakufuganga.'"

Katonda bwe yasooka okutonda omukazi, Teyagamba nti alina kufugibwa musajja. Wabula Katonda yagamba nti alina kufugibwa musajja oluvannyuma lw'omukazi okukolimirwa.

Omukazi yeeyalimbibwa n'alya ku muti ogw'okumanya obulungi n'obubi, era omukazi yeeyawa bba ekibala kino era n'amuleetera okwonoona.

Weewaawo n'omusajja naye yali mwonoonyi, kubanga yakkiriza okulya ekibala. Naye olw'okuba omukazi yeeyasooka okulya ekibala era n'atwalira ne bba naye n'alya, ekibi kye kyali kinene. Olw'ensonga eno enkulu ennyo, okutwaliza awamu omutima gw'omukazi si munywevu ng'ogw'omusajja. Batya nnyo era banafu okusinga ku basajja. Ekigambo omukazi kyakozesebwa okunyonyola amakulu gano ag'omwoyo.

Okutegeeza Abo Abatambulira mu Gatali Mazima

Mu kyawandiikibwa ekyo waggulu, okugamba nti abakazi baali balina okusirika mu kkanisa, kyali kitegeeza abo abantu abalina embala y'obutali butuukirivu, gamba nga obutegendereza n'obukalabakalaba. Wano, 'abakazi' tekitegeeza amakulu ag'okungulu nti bakazi, oba abakkiririza mu Katonda abalongoofu. Wabula kitegeeza abo abaakatandika okujja mu kkanisa era nga tebannayingira nnyo mu mazima.

Amakulu ag'omwoyo ag'olunyiriri luno ge gano, abo abantu abatalina mazima mu bbo balina kusirika mu kkanisa kubanga ekkanisa tebasobola kugikuza wabula okugiwabya, nga omukazi bwe yalimbibwa Setaani bwatyo n'aleetera bba okwonoona. Pawulo yali ayagala bagonde okusobola okufuuka abakozi abeesigwa era abaana ba Katonda bakkiriza.

Abantu bano bwe batasirika, emirimu gya Setaani gijja kuyimuka. Abo abatatambulira mu Kigambo kya Katonda bwe

Profecía y lenguas 219

boogera ennyo mu kkanisa, bajja kwogera ebigambo abitaliimu mazima, bakolokote abalala, era batambuze ebigambo. Era, ebintu babitegeera bubi, basala emisango, era banguwa okukolokota banaabwe. Bwe kibeera bwe kityo, ekkanisa esobola etya okubeera mirembe?

Abantu bano tebalina kulemera ku ndowooza zaabwe, wabula bafube okugondera Ekigambo kya Katonda. Olwo amazima gasobole okubayingira era gabakyuse, era ekivaamu basobola okufuuka 'abatukuvu' abakkirizibwa Katonda.

'Abatukuvu', kye kibiina ky'abantu abalongoofu, abagoberera ekkubo lya Katonda era ne bagondera enkola y'ekkanisa mu busirise. Nga bwe kyogera nti okugonda kusinga ssaddaaka (1 Samwiri 15:22), bagondera Katonda yekka nga bagoberera enkola ennungi, nga tebalemera ku birowoozo byabwe bo.

N'olwekyo, tetulina kugamba nti abakazi abatambulira mu mazima, balina okusirika mu kkanisa olw'okuba olunyiriri olwo lwogera nti 'abakazi balina okusirika mu kkanisa'. Nga bwe kyali edda, Katonda era akyagenda mu maaso n'okukozesa abakazi bwe babeera b'amaanyi okusinga ku basajja, nga balina okukkiriza okusingawo, nga balina okwagala okusinga ku kwabasajja. Debora yali omulamuzi eyayatiikirira ennyo, waalingawo ne bannabbi abakazi bangi abaatuusanga ku bantu obubaka bwa Katonda. Kye kimu n'olwaleero. Abakazi bwe babeera n'okukkiriza okusingako ku kw'abalala, bafuuka bakulembeze.

Era bwe baagalanga okuyiga ekigambo, babuulizenga

babbaabwe eka, kubanga kya nsonyi omukazi okwogeranga mu kkanisa. (14:35)

Bwe bakung'ana, abakkiriza abo abatambulira mu mazima basaba, ne batendereza Katonda, ne boogera mu mazima, era ne boogera ebigambo eby'ekisa. Naye abo abatatambulira mu mazima, bangi ku bo bawaayiriza abantu abalala nga balina ebyabwe bye beenoonyeza.

Abantu ng'abo bwe bakung'aana awamu mu kkanisa, olwo, entalo z'enkana ki n'emirimu gya Setaani bye banaaleeta mu Kkanisa? Eyo yensonga lwaki Mukama atusomesa ng'atugamba nti tusirike bwe kituuka ku bintu ng'ebyo.

Olwo, kitegeeza ki nti "bwe baagalanga okuyiga ekigambo, babuulizenga babbaabwe eka"? Kino kye kiragiro ekyateekebwawo wakati mu mazima. Katonda yateekawo abaami nga be bali waggulu w'abakazi. So nga, ali waggulu w'omusajja ye Kristo, era, nga ali waggulu wa Kristo ye Katonda (1 Abakkolinso 11:3). N'olwekyo, okwogera nti abakazi balina kubuuza babbaabwe mu mwoyo kitegeeza nti balina kubuuza Mukama, 'n'okugondera ba bbaabwe' kitegeeza nti balina okugondera Mukama.

Mu kumaliriza, olunyiriri luno lutegeeza nti abo abantu abatamanyi bintu bya mwoyo, balina okugondera Kristo nga ye mukulu w'ekkanisa. Bwe bakola ekyo, enkola ennungi mu kkanisa esobola okukuumibwa, ba memba basobola okubeera obumu, era basobola okutuukiriza obwakabaka n'obutuukirivu bwa Katonda.

Ebintu Byonna Bikolebwe nga bwe Kisaana era mu Mpisa Ennungi

> Oba gye muli ekigambo kya Katonda gye kyava? oba kyatuuka eri mmwe mwekka? Omuntu yenna bwe yeerowoozanga okuba nnabbi oba wa mwoyo, ategeerenga bye mbawandiikira, nga kye kiragiro kya Mukama waffe. Naye omuntu yenna bw'atategeera aleme okutegeera. (14:36-38)

Lwaki Pawulo ayogera ekintu bwe kiti wano? Abo abatayimiridde kunywera mu mazima tebaswala kweraga.

Kino kitegeeza okwewaana ddala kintu ekiswaza. Abakkiriza bagezaako okwetoowaza, okuweereza abalala, n'okwagala. Tebagezaako kweraga. Abo abaweereza abalala n'omutima omulungi wamu n'okwagala, bajja kwagalibwa abalala. Kyokka abo abeeteekawo nga tebabalaamu balala magezi era nga bagala babaweereze, abantu bajja kubavaako buvi.

Kale, omutume Pawulo abuulira ba memba b'e Kkanisa Y'e Kkolinso abaali beenyumiriza wadde baali tebatambulira mu mazima mu bujjuvu baswale munda yaabwe.

Olunnyiriri 37 lugamba, "Omuntu yenna bwe yeerowoozanga okuba nnabbi oba wa mwoyo, ategeerenga bye mbawandiikira, nga kye kiragiro kya Mukama waffe."

Singa ba memba b'ekkanisa y'e Kkolinso baali bannabbi oba nga ba mwoyo, bandibadde bategeera nti ebyo omutume Pawulo byasomesa byali Bigambo bya Katonda era nga baali balina okubigondera nga bageberera amazima. Era, nga singa ddala baali bamanyi nti byali biragiro bya Mukama era ne babigondera, Pawulo teyandyogedde bintu ng'ebyo. Pawulo yalina okwogera ebintu ng'ebyo kubanga tebaali.

Era nga kye yali ategeeza kyali nti, "Mweyita bannabbi, naye temuli. Mweyita ba mwoyo, naye si bwe kiri." Abo ab'omwoyo bandibadde bategedde nti ebbaluwa Pawulo ze yawandiika byali biragiro bya Mukama.

Olwo kitegeeza ki nti, "Naye omuntu yenna bw'atategeera aleme okutegeera"?

Oyo atatambulira mu Kigambo kya Katonda abeera tamanyi nsi ya Mwoyo. Tusobola okugenda mu nsi ey'omwoyo bwe tussaba ne tweggyako n'ebibi nga bwe tutambulira ne mu Kigambo kya Katonda. Kyokka omuntu ne bw'aba abaddenga ajja mu kkanisa okumala ebbanga eddene, tasobola kumanya ensi ey'omwoyo okujjako nga agondedde Ekigambo era n'asaba. Olwo, kati olwo omuntu atamanyi bya mwoyo asobola atya okwawulawo?

Yensonga lwaki abantu bwe batyo baalowoozanga nti

ebbaluwa za Pawulo bbaluwa bu baluwa ezaalinga ebigambo by'omuntu.

Kale baganda bange, mwegombenga okubuuliranga, so temuziyizanga kwogeranga nnimi. Naye byonna bikolebwenga nga bwe kisaana era mu mpisa ennungi. (14:39-40)

Katonda tagamba nti tetulina kuwa bunnabbi, naye tulina okubeera n'okuyaayaana okukikola. Kino kye Kigambo kya Katonda. Naye leero, omuntu bwawa obunnabbi, abantu abamu bagambirawo nti alimba. Kale kituufu bannabbi ab'obulimba kati bangi. Kyokka eriyo ne bannabbi abatuufu, naye tetuyinza kumala gagamba nti obunnabbi bwonna bwa bulimba. Era, tetulina kugaana kwogera mu nnimi. Bwe tukikola, guno gubeera mulimu gwa Setaani ogukontana n'amazima.

Wano, 'ebintu byonna birina kukolebwa bulungi' kitegeeza ebintu byonna birina kukolebwa mu butuufu bwabyo, era mu ngeri ennungi. Katonda agamba tulina okuwa obunnabbi mu mpisa ennungi. Katonda ye Katonda akola ebintu obulungi, ow'emirembe, ajjudde okwagala, era omwenkanya. N'olwekyo, ebintu byonna birina kukolebwa mu butuufu bwabyo, era mu ngeri esaanidde.

Essuula 15

OKUZUUKIRA

Kristo Eyazuukira

Ndi Kyendi lwa Kisa kya Katonda

Okwogera nti Tewali Kuzuukira kwa Bafu

Kristo kye Kibala Ekibereberye

Okubatizibwa Okw'abafu

Ekitiibwa kya buli Muntu kya Njawulo mu Bwakabaka Obw'omu Ggulu

Okuzuukira kw'abafu

Fenna tujja kukyusibwa Akagombe Akasembayo bwe Kalivuga

Kristo Eyazuukira

Kale, mbategeeza, ab'oluganda, enjiri gye nnababuulira, era gye mwaweebwa, era gye munywereramu, era gye mulokokeramu, mbategeeza ebigambo bye nnagibuuliriramu, oba nga muginyweza, wabula nga mwakkiririza bwereere. (15:1-2)

Katugambe omusumba abuulira enjiri mu kkanisa ye, ekitegeeza nti ayigiriza ekisibo Ekigambo eky'amazima. Ekisibo ne kikkiriza Ekigambo era ne bakula mu mwoyo.

Katugambe omusumba ababuulidde Ekigambo kya Katonda ekigamba nti temukyawanga, wabula mwagalenga n'abalabe bammwe, era ba memba b'ekkanisa ne bakkiriza Ekigambo mu mitima gyabwe era ne bagezaako obutakyawa. Okubuulira kuno n'okukkiriza mu kugezaako okutambuliramu mu kigambo ekyo, kyenkanankana ne 'Kale, mbategeeza, ab'oluganda, enjiri gye nnababuulira, era gye mwaweebwa.' Kati, bwe beggyako obukyayi era ne batakyawa muntu yenna, kitegeeza nti banyweredde mu Bigambo ebyababuulirwa.

Omutume Pawulo yagamba nti bwetuukuuma Ekigambo kya Katonda mu mutima gwaffe era ne tukitambuliramu, kitegeeza tetukkiririza bwereere. Bwe tutabeera na bikolwa ebigoberera okukkiriza, kitegeeza nti tulina okukkiriza okufu, era tubeera tukkiririza bwereere.

Tujja kulokolebwa bwe tukkiriza Ekigambo kya Katonda era ne tukinywereramu, ekitali ekyo tetujja kufuna bulokozi. Olwaleero, eriyo abasomesa nti tujja kufuna obulokozi kasita tubeera nga tugenda mu kkanisa n'okukoowoola Mukama nti, "Nzuuno Mukama Nzikirizza!" Naye Bayibuli tewagira ndowooza eno wadde nakatono. Egamba nti obulokozi tubufuna tumaze kukola kwagala kwa Katonda ow'omu Ggulu (Matayo 7:21).

Kubanga nnasooka okubawa mmwe era kye nnaweebwa, nga Kristo yafa olw'ebibi byaffe, ng'ebyawandiikibwa bwe byogera, era nga yaziikibwa, era nga yazuukizibwa ku lunaku olw'okusatu ng'ebyawandiikibwa bwe byogera, (15:3-4)

Omutume Pawulo agamba nti yabatuusaako obubaka naye bwe yabikkulirwa Mukama Yennyini. Bayibuli eyogera emirundi mingi nti Omulokozi yali wakujja atufiirire olw'ebibi byaffe.

Isaaya 53:4-6 wagamba, "Mazima yeetika obuyinike bwaffe, n'asitula ennaku zaffe, naye twamulowooza nga yakubibwa yafumitibwa Katonda n'abonyaabonyezebwa, naye yafumitibwa olw'okusobya kwaffe, yabetentebwa olw'obutali butuukirivu bwaffe, okubonerezebwa okw'emirembe gyaffe kwali ku Ye, era emiggo Gye gye gituwonya. Ffe fenna twawaba ng'endiga, twakyamira buli muntu mu kkubo lye ye. Era Mukama atadde ku ye obutali butuukirivu bwaffe fenna."

Ebigambo ebyo byogera ku Yesu oyo eyali ow'okwetika obubi bwaffe bwonna. Isaaya 53:11 wagamba, "Aliraba ku ebyo ebiva mu kulumwa kw'obulamu bwe, era birimumala, olw'okumumanya omuweereza wange omutuukirivu, aliweesa bangi obutuukirivu, era alyetikka obutali butuukirivu bwabwe." Olw'okukkiriza tusonyiyibwa ebibi byaffe era ne tukkirizibwa okufuuka abaana ba Katonda. Era gye tukoma okutambulira mu Kigambo kya Katonda olw'okukkiriza gye tukoma okufuuka abatuukirivu.

Waliwo ebyawandiikibwa bingi mu Bayibuli ebiraga nti Yesu yali wakuzuukira ku lunaku olw'okusatu. Zabuli 16:10 wagamba, "Kubanga tolireka mmeeme yange mu magombe, So toliganya Omutukuvu wo okulaba okuvunda."

Matayo 12:40 n'awo wagamba, "kuba nga Yona bwe yamala ennaku essatu, emisana n'ekiro, mu lubuto lwa lukwata, bwatyo n'Omwana w'omuntu bwalimala ennaku essatu emisana n'ekiro mu mutima gw'ettaka." Wano, 'omutima gw'ettaka' mu mwoyo kitegeeza Entaana. Nga bwe kyawandiikibwa, Yesu yafa ku musalaba ku lw'okutaano, n'amala mu ntaana ennaku ssatu, era n'azuukira ku makya g'olunaku olwa Sande.

...Era nga yalabikira Keefa, n'alyoka alabikira ekkumi n'ababiri, nalyoka alabikira ab'oluganda abasinga ebitaano omulundi gumu, ku abo abangi abakyaliwo okutuusa kaakano, naye abamu beebaka, nalyoka alabikira Yakobo, nalyoka alabikira abatume bonna, era oluvannyuma lwa bonna, n'alabikira nange ng'omwana omusowole. (15:5-8)

Keefa ye muyigirizwa wa Yesu amanyiddwa nga Peetero. Bayibuli etutegeeza nti oyo Mukama eyazuukira yalabikira abayigirizwa Be ekkumi n'ababiri emirundi mingi n'alabikira n'ab'oluganda abali eyo mu 500. Waaliwo abajjulizi bangi abaalaba ku mubiri gwa Mukama ogutavunda ogwali guzuukidde.

Abamu ku bo baali bafudde, naye nga bangi baali bakyali balamu omutume Pawulo weyawandiikira ebbaluwa eno eri ekkanisa y'e Kkolinso. Wagamba nti abamu beebaka. Kino kitegeeza nti abo abafa nga balina okukkiriza mu Yesu Kristo. Bajja kuzuukira Mukama bwalidda mu bbanga, era yensonga lwaki Pawulo teyagamba nti baafa, wabula nti baali 'beebase'.

Oluvannyuma, Yesu Kristo eyali ezuukidde yalabikira ne Yakobo. Wano, Yakobo ono si y'omu ku bayigirizwa ekkumi n'ababiri, wabula muntu mulala. 'abatume' kitegeeza abatume abalala, abataali ku kkumi n'ababiri ne Pawulo.

Ekitali nga Leero, mu biseera by'ekkanisa eyasooka abatume baali bangi. Mu mwoyo, omutume ye muntu akyukidde ddala olw'amazima. Ye muntu asobola okugondera okwagala kwa

Katonda okutuuka ku ssa ery'okuyiwa omusaayi era asobola okutuukiriza obuvunaanyizibwa bwe n'obwesigwa. Katonda yabawa amaanyi Ge basobole okulaga obubonero n'eby'amagero basobola okubuulira enjiri mu maanyi.

Omwana azaaliddwa nga tatuuse abeera alina obuzito butono era nga waliwo byatasobola kukola ng'eby'omwana azaaliddwa ng'atuuse. Pawulo yeetowaaza ng'agamba nti yalinga omwana 'kasowole' oba omwana atatuuse. Bwe yali akyali 'Sawulo', yalowooza nti yali amanyi Katonda, kyokka teyalina kukkiriza kutuufu mu Ye. Yayagalanga nnyo Katonda n'amaanyi ge gonna era ng'akuuma Amateeka g'endagaano Enkadde, naye olw'okuba yali tafunanga mukisa okusisinkana Mukama Yesu yagezaako okusiba n'okuyigganya Abakristaayo. Pawulo kino kyayogera mu bwetoowaze ng'agamba nti yalinga omwana 'kasowole'.

Ndi Kyendi lwa Kisa kya Katonda

> **Kubanga nze ndi muto mu batume, atasaanira kuyitibwa mutume, kubanga nnayigganyanga ekkanisa ya Katonda. (15:9)**

Omutume Pawulo ye yali asinga amaanyi mu batume bonna. Mu Bikolwa 19:12 tugambibwa nti yazuukiza abafu era nti n'obutambaala oba ebiwero bwe byakonanga ku mubiri gwe ne bitwalibwa eri abalwadde, ng'abalwadde bawona era nga n'emizimu gidduka. Olwo lwaki omutume Pawulo yagamba nti yeyali omuto mu batume bonna?

Nga tannafuuka mutume yayigganyanga abakkiririzanga mu Yesu Kristo. Yawulira ng'aswadde nnyo bwe yajjukiranga bye yakolanga era yensonga lwaki yagamba nti ye yali 'asembayo' mu batume bonna.

Teyagamba nti teyali mutume, wabula yagamba yali tasaanidde mu batume bonna. Ebigambo bino bitegeeza nti yali yejjusa era nga yeenenya olw'ebyo bye yakolanga nga

Resurrección 231

tannadda eri Kristo. Bwayogera bwati n'obwetowaaze bwe era bulabisibwa.

Naye olw'ekisa kya Katonda, bwe ndi bwe ndi ; n'ekisa Kye ekyali gye ndi tekyali kya bwereere, naye nnakola emirimu mingi okusinga bonna, naye si nze, wabula ekisa kya Katonda ekyali nange. Kale oba nze oba bo, bwe tutyo bwe tubuulira, era bwe mutyo bwe mwakkiriza . (15:10-11)

Tusobola okukolera Katonda kubanga Yatuwa ekisa. Tusobola okusaba ennyo, ne tusiiba, era ne tubuulira enjiri kubanga Atuwa amaanyi n'ekisa. Tetuyinza kukikola n'amaanyi gaffe. Katonda atuwa ekisa Kye bwe tugezaako okukikola.

Kye kimu n'okweggyako ebibi. Singa twali tusobola okweggyako ebibi n'amaanyi gaffe, Yesu teyandyetaaze kuyiwa musaayi Gwe. Tetusobola kweggyako n'ekibi ekisingayo obutono n'amaanyi gaffe. Bwe tugezaako okweggyako ebibi okuyita mu kusaba olwo tubeera tweggyako ebibi okuyita mu kisa n'amaanyi ebituweebwa Katonda wamu n'obuyambi obuva eri Omwoyo Omutukuvu. Omusaayi gwa Mukama gwe gutunaazaako ebibi.

Omutume Pawulo yakola nnyo okusinga abatume abalala bonna. Yanyiikira okubuulira enjiri era okuyita mu ngendo ze ez'emirundi essatu ez'okubunyisa enjiri yatandikawo ekkanisa buli yonna gye yalaganga. Yayigganyizibwa n'okudduulirwa. Era yayitibwako n'omukulu w'ekidiinidiini. Obulamu bwe baabwegezaamu emirundi mingi. Yakubibwa era ne bamusiba mu makomera, kyokka yasigala ng'abuulira enjiri.

Kyokka agamba nti byonna byali bityo olw'ekisa kya Katonda ekyali naye. Abo abalina okukkiriza bajja kukkiririza n'okusiima ekisa kya Katonda. Oluvannyuma lw'okukola ennyo, okusaba ennyo n'okubuulira ennyo enjiri, bajja kuddiza Katonda ekitiibwa kyonna.

Mu Ngero 3:6 Bayibuli etugamba 'tusiimenga Katonda mu ngeri zonna.' Tetusobola kulokola myoyo gyaffe n'amaanyi gaffe. Tetuyinza kukituukako nti olw'okuba tulina okumanya kungi, etutumu, oba obuyinza. Katonda asanyuka era n'atuwa ekisa gye tukoma okusaba n'okukola ennyo n'okukkiriza. Bwe tutyo bwe tuyinza okubala ekibala eky'okulokola emyoyo. Omulimu ogw'ekika kino y'ejja okubeera empeera yaffe ey'omu ggulu.

Omutume Pawulo n'abatume abalala bonna, n'abaweereza ba Katonda abalala baakola nnyo nga banyiikivu mu kubuulira enjiri mu ngeri eno. Okuyita mu mirimu gyabwe abantu bangi bakkiririza mu kkubo ery'omusalaba n'okuzuukira n'okujja kwa Mukama okw'omulundi ogw'okubbiri.

Okwogera nti Tewali Kuzuukira kwa Bafu

Naye Kristo bw'atubuulirwa nga yazuukizibwa mu bafu, abamu mu mmwe boogera batya nga tewali kuzuukira kwa bafu? (15:12)

Omutume Pawulo abaddenga abasomesa ku ngeri gye bayinza okutambulira mu bulamu obw'okukkiriza n'engeri eby'ekkanisa gye birina okutambuzibwamu mu ngeri esaanidde omuli n'ebirabo eby'Omwoyo. Tulina okubeera n'okukkiriza n'essuubi mu kuzuukira ffe okusobola okutuukiriza obuvunaanyizibwa bwaffe obulungi. Yensonga lwaki mu ssuula 15, Pawulo ayogera ku kukkiriza n'okuzuukira.

Mu kiseera ekyo, waaliyo abantu abaali boogera nti Mukama teyazuukira, kubanga ekintu ng'ekyo kyali tekiyinza kutuukawo. Abafalisaayo n'abo bakkiririzanga mu 'mwoyo' naye nga aba Saddukaayo tebakkiririzaamu. Nga balowooza omuntu bwafa n'ebibye byonna bikoma awo.

Olwaleero, abatali bakkiriza bangi balowooza nti obulamu

bukoma ku nsi kuno teri kweyongerayo. Kyokka nga munda ddala mu mitima gyabwe tebayinza kukisambajja nti obulamu obuddako gye buli n'omusango, bwe batyo batya bwe b'onoona. Kyokka bwe bagenda mu maaso n'okwonoona, emitima gyabwe gikakanyazibwa n'okutya okwo kwe babadde nakwo ne kugenda. Olwo nno ne kibafuukira kizibu okukkiriza Yesu Kristo ne bwe tubabuulira enjiri.

Naye oba nga tewali kuzuukira kwa bafu, era ne Kristo teyazuukizibwa; era oba nga Kristo teyazuukizibwa, kale okubuulira kwaffe tekuliimu, so n'okukkiriza kwammwe tekuliimu. Era naye tulabika ng'abajulirwa ab'obulimba aba Katonda, kubanga twategeeza Katonda nga yazuukiza Kristo gwataazuukiza, oba ng'abafu tebazuukizibwa. (15:13-15)

Mukama yajja eri ensi eno okutununula ffe mu bibi byaffe n'okutuwa obulamu obutaggwaawo okuyita mu kuzuukira Kwe. Singa yali tazuukidde, naffe tetwandisobodde kuzuukira. Tusobola okukitegeera nti Mukama yazuukira okuva mu Bayibuli, era n'ebyafaayo by'omuntu bikakasa kino.

Tumanyi abayigirizwa ba Yesu be bani. Ekiro Yesu alyoke akwatibwe akomerebwe bonna badduka olw'okutya. Ne Peetero yennyini, eyalinga omuvumu mu bayigirizwa bonna, yeegaana Yesu emirundi essatu ng'agamba nti tamumanyi.

Naye baakyuka batya bwe baamala okulaba okuzuukira kwa Mukama? Baabuulira mu buvumu nga tebatya embeera ne bwe yazibuwalanga etya wakati mu kuyigganyizibwa.

Baatemwako omutwe, baakomererwa, n'okusuulibwa mu buto atokota. Baakyuka mu ngeri eyeewuunyisa kubanga baalaba ku kuzuukira kwa Mukama. Baalaba ku nkovu ezaali mu bibatu ne mu mbirizi za Mukama. Bwe waayita ekiseera enjiri gye baabuulira yakyusa obwakabaka bwa Baruumi bwonna era n'ebuna ne mu nsi yonna.

Singa Kristo yali tazuukidde, ffe tuteekwa okuba abasirusiru. Okubuulira kwaffe kwandibadde tekugasa, era twandibadde abajjulizi abalimba. Naye olw'okuba okuzuukira mazima, tetuli basirusiru, era ne mirimu gyaffe gyonna si gya bwerere.

Singa tewaali kuzuukira, Katonda teyandizuukizza Yesu Kristo. Katonda yakikola buli oyo yenna akkiririza mu Yesu Kristo n'afa naye asobole okuzuukira ayingire mu bwakabaka obw'omu Ggulu.

Kuba oba ng'abafu tebazuukizibwa, era ne Kristo teyazuukizibwa; era oba nga Krsito teyazuukizibwa, okukkiriza kwammwe tekuliiko kye kugasa; mukyali mu bibi byammwe. Kale era n'abo abeebaka mu Kristo baabula, oba nga mu bulamu buno bwokka mwetubeeredde n'essuubi mu Kristo, tuli bakusaasirwa okusinga abantu bonna. (15:16-19)

Abo abayitibwa Abakristaayo ab'amaanyi babuulira enjiri, baweereza ekkanisa, bakola nnyo eyo mu bifo gye bakolera, era bawaayo ekimu kyabwe eky'ekkumi n'okwebaza. Bagezaako obutakwana nsi wabula ne batambulira mu bulamu obulongoofu. Tebakyala ku lunaku olwa Sande wabula bajja ku kanisa okusinza Katonda. Kale, singa tewaali kuzuukira kwa Mukama, olwo nno bino byonna ebintu byandibadde tebigasa!

Era, ebibi byaffe ne bwe bisonyiyibwa, kiba kigasa ki bwe tutabeera na kuzuukira? Naye olw'okuba okuzuukira kwa Mukama mazima ge nnyini, si busirusiru. Era amazima gali nti, abo abasirusiru b'ebo abatakkiririza mu Katonda era ne balowooza nti obulamu bukoma wano ku nsi.

Yensonga lwaki Katonda agamba nti amagezi g'ensi busirusiru (1 Abakkolinso 3:19). N'amagezi ag'ensi, okumanya, enjigiriza, n'ebirowoozo eby'ensi, tebasobola kukkiririza mu Mukama Yesu. Yensonga lwaki Katonda era atugamba okwekutulako ebirowoozo byonna n'enjigiriza eby'ensi.

Tuli baakusaasirwa okusinga bonna singa obulamu bwaffe bukoma wano ku nsi. Kale, olw'okuba abantu b'okunsi kuno bakkiriza nti obulamu bukoma wano ku nsi, balowooza nti abakkiriza be balina okusaasirwa.

Naye mu mbeera eno, kino bakitunuulira n'amagezi gaabwe n'ebirowoozo. Obulamu buno bwe tuyitamu obuyisi nga buweddewo, obulamu obutaggwaawo bujja kulabisibwa mu maaso gaffe.

Kristo kye Kibala Ekibereberye

Naye kaakano Kristo yazuukizibwa mu bafu, gwe mwaka omubereberye ogw'abo abeebaka. Kubanga okufa bwe kwabaawo ku bw'omuntu era n'okuzuukira kw'abafu kwabaawo ku bwa muntu. (15:20-21)

Ezzadde lya Adamu lyonna, nga ye muntu eyasooka, 'bafu'. Bafu kubanga, wadde bali mu mibiri emiramu, gijja kuzikirira bwe banaagenda mu Ggeyeena olubeerera. Wadde balinga abalamu, mu mwoyo bafu, era ne mu maaso ga Katonda bafu.

Naye abo abaafa n'okukkiriza mu Yesu Kristo eyazuukira, bajja kuzuukizibwa ku nkomerero. Yensonga lwaki bagamba nti abantu bano 'beebase'. Yesu Kristo kye kibala ekibereberye eky'okuzuukira eky'abantu bano 'abeebase'.

Ekyawandiikibwa ekyo waggulu kigamba nti okufa kwajja ku bwa muntu. Ekibi kyayingira mu bantu olw'obujeemu bwa Adamu. Yakolimirwa era n'agobebwa okuva mu Lusuku Adeni. Mu Baruumi 6:23 kyawandiikibwa nti empeera y'ekibi kwe kufa. Ezzadde lya Adam lyonna lyazaalibwa n'ekibi ekisikire kye baasikira okuva ku bajjajjaabwe era ne bagattako ebibi bye bakola nga bo mu bulamu bwabwe. Ab'onoonyi abo abalina ekibi ekisikire n'ebyo bye bakoze ng'abo bajja kusuulibwa mu Ggeyeena.

Olw'okuba empeera y'ekibi kwe kufa, omuntu alina okusasulira ebibi byaffe tusobole okuzuukira. Kino kirina bwe kikwatagana butereevu ku tteeka ery'okununula ettaka mu Isiraeri erisangibwa mu Eby'abaleevi 25:23-28. Mu nnyiriri zino, 'ettaka' kitegeeza omuntu. Mu Lubereberye 3:19-23, kigambibwa nti abantu baatondebwa okuva mu nfuufu y'ensi. Okusinziira ku Mateeka agawandiikibwa mu Eby'abaleevi, omuntu bwatunda ettaka lye, ye yennyini oba ow'oluganda lwe asobola okununula ettaka eryo ng'asasula ensimbi ezigyaamu. Mu ngeri y'emu, ffe abaali bakutte ekkubo ery'okuzikirira tusobola okulokolebwa omuntu bwasasulira ebibi byaffe.

Katonda yaggulawo ekkubo ery'obulokozi okuyita mu Yesu Kristo eyali omutuufu, asaanidde era atuukiridde okununula ettaka okusinziira ku Mateeka. Omununuzi alina okubeera ow'oluganda okusobola okununula ettaka, era naffe tusobola okununulibwa mu bibi byaffe ow'oluganda nga ye muntu. Yensonga lwaki Yesu yajja eri ensi eno mu mubiri era n'ajja ng'omuntu (Yokaana 1:14).

Era, bw'oba oyagala okusasula ebbanja ly'omuntu, ggwe wennyini tolina kubeera na bbanja lyonna. Abantu bonna zzadde lya Adamu era bwe batyo bazaalibwa n'ekibi ekisikire. Naye, Yesu talina kibi kisikire kubanga yafunibwa lwa Mwoyo Mutukuvu. Yakuuma amateeka gonna era teyakola kibi kyonna nga Ye. Era alina okwagala kungi era yafa ku musalaba ku lwaffe.

Resurrección 239

N'olwekyo, abo abamukkiririzaamu basobola okusonyiyibwa ebibi byabwe era basobola okutuuka ku bulokozi.

Okusinziira ku mateeka ag'omwoyo empeera y'ekibi kufa. N'olwekyo, omuntu bw'aba talina kibi, talina kuttibwa. Naye omulabe, omulyolyomi Setaani, yakomerera Yesu ataalina kibi wadde ebbala lyonna. Olw'okukola kino, omulabe yamenya amateeka g'ensi ey'omwoyo. Era ekyavaamu, omulabe seteeni yalina okuwaayo eri Katonda abantu abo abakkiriza Yesu Kristo ng'omulokozi waabwe. Bwe gutyo omulimu gw'okununula n'okulokola abantu bwe gwatuukibwako.

Kuba bonna nga bwe baafiira mu Adamu, era bwe batyo mu Kristo bonna mwe balifuukira abalamu. naye buli muntu mu kifo kye Ye: Kristo gwe mwaka omubereberye, oluvannyuma aba Kristo mu kujja Kwe... (15:22-23)

Abantu bonna baafa olw'obujeemu bwa Adamu, kyokka tufuna obulamu okuyita mu Yesu Kristo. Ekibala ekibereberye eky'okuzuukira ye Kristo. Waali tewabangawo muntu yali azuukidde mu bujjuvu nga Yesu. Waliwo abantu abaazuukizibwa ba Eliya ne Elisa (1 Bassekabaka 17:22, 2 Bassekabaka 4:35), naye era bamala ne bafa. Kwe kugamba, tebaazuukira eri obulamu obutaggwaawo nga bwe kyali ku Mukama. Era, Enoka ne Eriya baatwalibwa mu Ggulu nga balamu (Olubereberye 5:24, 2 Bassekabaka 2:11), naye 'tebaazuukira'.

Olunyiriri 23 lugamba, "... oluvannyuma aba Kristo mu kujja Kwe." Wano, 'aba Kristo' kitegeeza abo bonna abakkiriza Mukama ne bafa, era ng'emyoyo gyabwe gyagenda mu bwakabaka obw'omu Ggulu. Katonda ajja kubaleeta bwanaakomawo nate.

Emyoyo gy'abo abakkiririza mu Mukama ne bafa bajja kujja mu bbanga ne Mukama bwannadda. Mu kiseera kino, emibiri gyabwe egiri mu ntaana gijja kukyusibwa gifuuke emibiri egy'omwoyo gyegatte n'emyoyo gyabwe mu bbanga.

...Enkomerero n'eryoka etuuka bw'aliwaayo obwakabaka eri Katonda ye Kitaawe, bw'aliba ng'amaze okuggyawo okufuga kwonna n'amaanyi gonna n'obuyinza. Kubanga kimugwanira okufuganga okutuusa lw'alissa abalabe be bonna wansi w'ebigere Bye. Omulabe ow'enkomerero aliggibwawo kwe kufa. (15:24-26)

Oluvannyuma lw'abo abakkiririza mu Mukama era nga baali baazikibwa mu ntaana zaabwe okuzuukira era ne bagenda mu bbanga, eriyo abalala abajja okubagoberera gye bakwatiddwa mu bbanga. Kwe kugamba, abakkiriza mw'abo abanaaba bakyali abalamu bajja kutwalibwa mu bbanga awatali kulaba ku kufa.

Olunyiriri olwo waggulu lwogera nti, "bw'aliwaayo obwakabaka eri Katonda ye Kitaawe." Kitegeeza ekiseera ng'okuteekateeka omuntu kuwedde. N'olwekyo, obufuzi bwonna, n'obuyinza bwonna n'amaanyi bijja kubeera tebikyetaagibwa. Mu bwakabaka obw'omu Ggulu, ebintu bino byonna tebigasa, nga n'olwekyo kigambibwa nti birigibwaawo.

Olunnyiriri 25 lugamba, "Kubanga kimugwanira

okufuganga okutuusa lw'alissa abalabe be bonna wansi w'ebigere Bye." Mukama bwanadda ku nsi kuno, Ye n'abakkiriza bajja kufugira wamu nga bakabaka. Okutuuka ng'ekiseera kino kimaze kutuuka Mukama taliteeka balabe Be wansi w'ebigere Bye.

Kyokka oluvannyuma lw'okufuga okw'ekyasa n'omusango okw'omu Namulondo Ennene Enjeru nga biwedde, mu lunnyiriri 26, omulabe asembayo ajja okutuulibwa ku nfeete kwe kufa. Olwo, okufa kye ki?

Omulabe Setaani atuleetedde obutali butuukirivu bwonna, obujjeemu, n'ekibi. Era ebintu bino byonna ebitaliimu mazima bye biyitibwa 'okufa' okutwaliza awamu. 'Okufa' kuno kulimalibwaawo oluvannyuma lw'Omusango gw'oku Namulondo ennene enjeru. Yensonga lwaki kyogera nti, "Omulabe ow'enkomerero aliggibwawo kwe kufa."

"YASSA BYONNA WANSI W'EBIGERE BYE. Naye bwayogera nti, 'Byonna byassibwa wansi, kitegeerekeka ng'oyo teyassibwa wansi eyassa byonna wansi We, Naye byonna bwe birimala okussibwa wansi We, era n'Omwana yennyini n'alyoka assibwa wansi w'oyo eyassa byonna wansi We. Katonda alyoke abeerenga byonna mu byonna" (15:27-28).

Bayibuli egamba Katonda yatonda eggulu n'ensi na buli kintu kyonna ekibirimu okuyita mu Yesi Kristo. Katonda era n'ateeka ebintu byonna wansi wa Yesu Kristo, era n'olwekyo Yesu Kristo ye Mukama w'ebintu byonna. N'olwekyo, Katonda tayinza kubeera wa bitonde Bye. Ekitali ku bantu, Yesu Kristo alina omubiri ogutavunda era omubiri ogw'omwoyo, era yensonga tafugibwa kintu kyonna.

Kyokka Katonda yeeyateeka ebintu byonna wansi w'ebigere bya Yesu. Oluvannyuma lwa Namulondo ennene enjeru, omulabe setaani bwanaazikirizibwa era ebintu byonna ne bikomezebwawo, Yesu Kristo naye ajje kussibwa wansi wa Katonda. Mu ngeri eno, obugonvu obutuukiridde butuukirire.

Ekyawandiikibwa kino kiraga obuyinza engeri gye butambulamu. Okusooka Katonda Omutonzi, addako ye Mwana We Yesu Kristo. Amuddako be baana ba Katonda abalokole era wansi waabwe lye ggye ery'omu Ggulu ne bamalayika abatuweereza.

Yesu Kristo Katonda mu kikula Kye, kyokka yakka kuno ku nsi mu kikula ky'omuddu. Yagonda okutuuka okufa okutuukiriza ekigendererwa n'okwagala kwa Kitaawe. Yesu y'omu ne Katonda era Katonda Yennyni. Yensonga lwaki alina omutima gwe gumu, amaanyi, obuyinza ne Katonda. Naye ekyawandiikibwa kino kyogera ku kiki ekisooka wakati wa Taata n'Omwana.

Yesu Kristo agoberera enkola eno wakati wa taata n'omwana okukuuma enkola ennung'amu. Kubanga tewali kiyinza kutambula awatali nkola egobererwa. Ebintu byonna mu nsi, obutonde bw'ensi n'ebyo byonna ebirimu, waliwo enkola ennung'amu gye bigoberera wamu n'amateeka. Era n'ensi ey'omwoyo etambulira ku mateeka.

Okubatizibwa Okw'abafu

Kubanga balikola batya ababatizibwa ku lw'abafu? Oba nga bafu tebazuukizibwa ddala, kiki ekibabatizisa ku lw'abo? (15:29)

Abamu bategeera bubi olunnyiriri luno era ne bayigiriza nti, "Bw'obatizibwa ku lw'abafu, Katonda n'abo ajja kubalokola." Naye si kituufu wadde nakatono. Ne bwe tusaba kyenkana ki, ne tubatizibwa, era ne tuwaayo ebiweebwayo ku lw'abafu, tekigasa.

Tulina okufuna obulokozi bwe tukkiriza Mukama nga tuli ku nsi kuno. Bwe tutalokolebwa okuyita mu bulamu bwaffe wano ku nsi, omuntu okufuna okubatizibwa ku lw'abafu tekigasa.

Lukka 16:19-31 watubuulira olugero lw'omusajja omugagga ne Lazaalo eyali omwavu. Omusajja omwavu Lazaalo yalina okukkiriza, era baamutwala ku ludda lwa Ibulayimu. Naye omusajja omugagga yakwana ensi mu bulamu bwe obw'oku nsi, era ekyava mu kibi kye, yagwa mu Ntaana, ng'eno ya Ggeyeena. Yali mu bulumi bungi nnyo n'atuuka n'okusaba Ibulayimu okumutonnyeza ettondo ly'amazzi mu kamwa, naye kyali tekisoboka. Omusajja omugagga yali ayagala nnyo baganda be n'asaba Ibulayimu atume Lazaalo agende ababuulire enjiri basobole okulokoka baleme okujja mu kifo ekyo.

Naye Yesu yagamba abo abatakkiririza mu bukakafu bwa Katonda okuyita mu Musa oba bannabbi tebajja kukkiriza omuntu omulala ne bwakomawo okuva mu kufa n'abuulira ku Ggulu ne Ggeyeena.

Omusajja ono omugagga yandyogedde ki singa yali asobola okulokolebwa okuva mu nnyiike ya Ggeyeena? Yandigambye nti mugambe baganda bange basabe era babatizibwe olwa nze omufu nsobole okulokolebwa. Naye olw'okuba yakimanya nti tasobola kulokolebwa, yasaba Ibulayimu aganye baganda be okuwulira enjiri. Era okusinziira ku nyinyonyola eno kiraga nti teri bulokozi eri abo abaafa edda nga tebalokose.

Olwo, 'abafu' kitegeeza ki mu kyawandiikibwa ekyo?

Kitegeeza abantu bonna okutandikira ku Adamu baafa olw'ebibi, kubanga empeera y'ekibi kwe kufa. N'olwekyo, buli omu ku ffe nga tetunnakkiriza Mukama twalinga 'bafu', omuli 'abatakkiriza, n'abatannakkiriza Mukama. Abantu balina omwoyo, emmeeme, n'omubiri, era olw'okuba omwoyo, ye mukama w'omuntu, abeera mufu, tugamba babeera bafu wadde nga bakyali balamu kungulu. Abo abafu mu mwoyo be bantu ab'emmeeme era abantu ab'omubiri, era bajja kugwa mu Ggeyeena.

Kyokka, olunnyiriri 22 lugamba, "Kuba bonna nga bwe baafiira mu Adamu, era bwe batyo mu Kristo bonna mwe balifuukira abalamu." Lutugamba nti abo abafu bajja kuzuukira bwe bakkiririza mu Yesu Kristo ne beenenya. Naffe twali bafu edda, naye tuzuukizibwa okuyita mu Yesu Kristo.

Ekiddako kyogera ku 'kubatiza.' Okubatizibwa kuyinza okwawulwamu emirundi ebiri, okubatizibwa okw'amazzi n'okubatizibwa okw'omuliro. Amazzi mu mwoyo kitegeeza Ekigambo kya Katonda. N'olwekyo, okufuna okubatizibwa okw'amazzi kabonero akalaga okunaaza emitima gyaffe n'Ekigambo kya Katonda. Kwekugamba, okubatizibwa okw'amazzi kikolwa ekiraga nti twenenya, tufuna okusonyiyibwa kw'ebibi, n'okufuna obulokozi. Wabula wadde guli gutyo, buli kimu tekikoma ku kubatizibwa okw'amazzi. Emyoyo gyaffe girina okuzuukira olw'okufuna Omwoyo Omutukuvu. Era tulina okwokya embala ez'ebibi zonna nga tufuna okubatizibwa okw'omuliro bulijjo.

Mu ngeri eno, omutima gwaffe gukomolebwa, era tusobola okukyuka ne tufuuka ab'amazima embala yaffe okusobola okufuuka ng'eya Yesu Kristo. Olwo nno, tubeera tufulumya evvumbe erya Kristo okuva munda mu ffe. Omuntu eyalinanga obusungu akyuka n'abeera omuntu omukakkamu, abantu be abatakkiriza basobola okubuulirwa enjiri mu ngeri eno ne batandika okujja mu kkanisa. Bwe bajja ku kkanisa, ne bawuliriza Ekigambo, era ne bakyuka, basobola okufuna Omwoyo Omutukuvu okuzuukiza omwoyo gwabwe omufu, basobole okugenda eri ekkubo ery'obulamu obutaggwaawo.

N'olwekyo, okubatizibwa kw'abafu mu kyawandiikibwa ekyo waggulu kitegeeza, okusookera ddala, ofuna okukomolebwa kw'omutima olw'Omwoyo Omutukuvu n'omuliro Gwe osobole okwenyigira mu kuzuukira. Eky'okubiri, kitegeeza okubeera eky'okulabirako abalala kye bagoberera n'okwegomba. Abakkiriza bwe bakomolebwa mu mutima era ne bafuuka omusana era omunnyo gw'ensi, abatali bakkiriza basobola okukwatibwako nabo ne beegomba okukwata ekkubo ery'obulokozi.

Mu ssuula eya'soose 8 olunyiriri 13, omutume Pawulo yagamba nti alina okukkiriza okulya ennyama, naye yali tajja kugirya bweba ng'esobola okuviirako ow'oluganda okwesittala. Kino kya kulabirako eky'okufulumya evvumbe eddungi erya Kristo n'okufuna okubatizibwa ku bw'omuntu omulala. Tugezaako nga bwe tusobola mu bintu byonna okuteekawo eky'okulabirako ekirungi okulokola abaami abatali bakkiriza oba ab'oluganda n'okutuukiriza obwakabaka wamu n'obutuukirivu bwa Katonda.

Eyo yensonga lwaki tufuba okweggyako obubi n'okukomola emitima gyaffe. Abakkiriza balina okubeera abalamu ku lw'abafu, nga be batali bakkiriza. Nga tuweereza abalala era ne tukyuka nga tufuna okukomolebwa kw'omutima, kwe kugamba, nga 'tufuna okubatizibwa', abantu b'omu maka gaffe

Resurrección

oba baliraanwa baffe balina okuwulira evvumbe lya Kristo n'okufuna obulokozi.

Olunyiriri olwa 29 lugamba, "Kubanga balikola batya ababatizibwa ku lw'abafu? Oba nga bafu tebazuukizibwa ddala, kiki ekibabatizisa ku lw'abo?" kitegeeza nti twandibadde tetulina kufuna kubatizibwa singa tewaali kuzuukira. Kitegeeza nti tetulina kukyuka nga ffe oba okukomola omutima ku lw'abantu abalala abatulaba oba abatuliraanye; twandibadde tweyisa nga bwe tulaba.

Nga maliriza, okufuna okubatizibwa ku lw'abafu kitegeeza nti tufuna okubatizibwa ku lwaffe, ne ku lw'abantu abalala bonna abakyalina emyoyo emifu. Kwe kugamba, abakkiriza bwe batukuzibwa, era ne batambulira mu mazima, era ne bafulumya evvumbe eddungi erya Kristo era ne babuulira n'enjiri, abatali bakkiriza basobola okukkiririza mu Mukama era ne bafuna obulokozi.

Naffe lwaki okubeera mu kabi buli kiseera? Nfa bulijjo, ndayidde okwenyumiriza okwo ku lwammwe, kwe ndi nakwo mu Kristo Yesu Mukama waffe. Oba nga nnalwana n'ensolo mu efeso ng'omuntu obuntu, ngasibwa ntya? Oba ng'abafu tebazuukizibwa, tulye tunywe, kuba tufa enkya. (15:30-32)

Tuyinza okusisinkana okuyigganyizibwa bwe tubuulira enjiri eri abatakkiriza. Abo ab'enzikiriza endala bayinza obutayagala kuwulira njiri. Naddala mu kiseera ky'omutume Pawulo, waalingayo okutiisibwatiisibwa n'okuyigganyizibwa. Mu lunnyiriri oluddako olwa 31, Pawulo yagamba, "Nfa bulijjo," era nga kitegeeza okukomolanga omutima bulijjo. Kwekugamba, amalala ge, okwewulira eryaanyi, empaka, obukyayi, okusala emisango, obusungu, okwekulumbaza, n'okweyagaliza byatibwanga bulijjo. Tusobola okubeera n'embala ya Mukama era ne tufuuka omuntu ow'amazima era omuntu ow'omwoyo gye tukoma okweggyako obubi mu ffe.

Omutume Pawulo yagamba nti yeenyumiriza mu ky'okuba nti afa bulijjo mu ngeri eno. Mu 1 Bakkolinso essuula 13, yagamba nti, "teweenyumirizanga." Naye tuyinza okwenyumiriza mu kuwa Mukama ekitiibwa. 1 Abakkolinso 10:31 wagamba, "Kale oba nga mulya oba munywa, oba mukola ekigambo kyonna kyonna, mukolenga byonna, olw'ekitiibwa kya Katonda."

Olunnyiriri 32 lugamba, "Oba nga nnalwana n'ensolo mu efeso ng'omuntu obuntu, ngasibwa ntya?" Wano, 'ng'omuntu obuntu' kitegeeza 'omuntu owa bulijjo'. 'Ensolo' kitegeeza ebisolo ebitiisa era eby'amaanyi oba abantu ababi era nga teri magoba mu kunyiigira n'okuyomba n'abantu ababi.

Ng'omutume Pawulo bwe yagamba nti yafanga bulijjo, ekintu kyokka eky'amagoba gye tulina, kwe kweggyako ebibi ebiri mu ffe. Mu ngeri eno tusobola okutambula nga ab'omwoyo era bwe tutyo ne tuzuukira.

Ekiddako kigamba, "Oba ng'abafu tebazuukizibwa, tulye tunywe, kuba tufa enkya." Abantu b'ensi eno bayinza okulowooza nti obulamu bukoma ku nsi kuno, kale bwe batyo ne balya n'okunywa era ne b'onoona nga bwe bagala. Ne bwe bawulira, nti 'eriyo Eggulu ne Ggeyeena nti era abatakkiriza bajja kugenda mu Ggeyeena,' bagamba balirabira eyo nga bafudde! Naye bwe bafa, kijja kubeera nga tekikyasoboka era nga tekikyagasa okwejjusa.

Temulimbibwanga: Okukwana n'ababi kwonoona empisa ennungi, mutamiirukukenga mu butuukirivu, so temwonoonanga; kubanga abalala tebategeera Katonda: njogedde kubakwasa nsonyi. (15:33-34)

Eriyo abantu abamu abagamba nti bakkiririza mu Katonda kyokka nga bakola ebibi era nga tebatambula nga baana ba Katonda abagoberera amazima. Abantu bano bamanyi okuvvuunula Bayibuli nga bwe bagala nga bagamba nti bajja kumala 'gakkiriza' nga bwe bategeera.

Era bagamba, "Tekirina buzibu okunywako egiraasi emu oba bbiri ey'omwenge, kubanga Bayibuli egamba, 'totamiirukukanga.'" Kyokka ne bwonywa giraasi emu yokka bweti oba nnyingi, otamiira okusinziira ku kyonywedde.

Katonda agamba nti tetulimbibwanga omuntu ng'oyo kyayogera. Bwe tuganya ebintu ng'ebyo, abantu abalala n'abo bayinza okukosebwa. Okutambula n'abantu ababi kyonoona empisa ennungi era baleeta obutali butuukirivu okuyingira mubalala. Nga bwe kyogera mu 1 Peetero 5:8, omulabe setaani atambutambula ng'awuluguma ng'anoonya gwanaalya, kale bwe tutyo tulina okubeera obulindaala okutambulira mu butuukirivu n'obutakola bibi.

Abantu abo abatamanyi Katonda bwe b'onoona, basobola okwenenya ne bakyuka kubanga babadde tebamanyi mazima. Bwetubeera baggya mu kukkiriza era nga tetulina maanyi okuwangula ekibi, olwo nno tuyinza okugezaako okweggyako ebibi okuyita mu kusaba.

Naye, omuntu amanyi amazima era ng'alina amaanyi okutambulira mu mazima bwagenda mu maaso n'okukola ebibi, tekikkirizibwa. Omuntu yakwata ekkubo ery'okuzikirira olw'ebibi, bwatyo Yesu naye yalina okugenda ku musalaba okumalawo ekizibu ky'ekibi.

N'olwekyo, si kirungi okusomesa abo abalina okukkiriza nti basobola okwonoona ne beenenya. Bayibuli bulijjo etusomesa obutayonoona wabula okutambulira mu musana engeri gye twasonyiyibwa ebibi byaffe. Bwe kitabeera bwe kityo, bwe tukola ebibi awatali kwenenya, tujja kukwata ekkubo ery'okuzikirira. N'olwekyo, tutulina kugenda eri ekkubo ery'okufa olw'okutegeera obubi ekisa kya Katonda.

Ekitiibwa kya buli Muntu kya Njawulo mu Bwakabaka Obw'omu Ggulu

> Naye omuntu alyogera nti, "Abafu bazuukizibwa batya? Era mubiri ki gwe bajja nagwo?" Musirusiru ggwe! Gy'osiga teba nnamu wabula ng'efa. Ne gy'osiga, tosiga mubiri oguliba, wabula mpeke njereere, mpozzi ya ng'ano, oba ya ngeri ndala, naye Katonda agiwa omubiri nga bwayagala, era buli nsigo agiwa omubiri gwayo yokka. (15:35-38)

Abo abatamanyi Katonda, abo abatakkiriza kyokka wadde nga bajja mu kkanisa, n'abo abakwana ensi nga bakola ebibi babuuza ebibuuzo nga, "Abafu bazuukizibwa batya?" Omutume Pawulo addamu n'anyonnyola nate kubanga abo ababuusabuusa era tebajja kukkiriza.

Pawulo agamba abo ababuusabuusa era ne bagaana okukkiriza basirusiru. Zabuli 53:1 wagamba, "Omusirusiru ayogedde mu mutima ggwe nti 'Tewali Katonda,' Bavunze, bakoze obubi obw'omuzizo, Tewali akola bulungi." Mu ngeri y'emu, omuntu bwatakkiririza mu kuzuukira kwa Mukama era ne boogera nti, "Abafu bazuukizibwa batya?" Olwo nno abeera musirusiru. Omutuma Pawulo akozesa eky'okulabirako ky'ensingo okusobozesa abantu okutegeera.

Bw'osiga ensigo, okumera zimala kufa. Tezisobola kumera ensigo bwesigala nga nnamu nga bw'eri. Mu ngeri y'emu, Pawulo yali agenderera okubabuuza lwaki tebakkiririza mu kuzuukira kyokka nga baali bakimanyi bulungi nti ensigo tesobola kumeruka n'ebala ebibala nga temaze kufa.

Ensigo ebeera mpeke njereere. Kyokka bwe zifa zijja kufuna ekikula ekirala. Okwagala kwa Katonda kuli nti tukungula ekyo kye tusiga. Kale, bwe tutyo tukungula bijanjaalo bwe tusiga ebijanjaalo. Tufuna ng'ano bwe tusiga eng'ano, Engano bwefuna ekikula kye ng'ano. Bwe kityo bwe kibeera ku nsigo zonna.

Ennyama yonna si nnyama emu, naye endala ya bantu, endala ya nsolo, n'endala ya nnyonyi, n'endala ya byannyanja. (15:39)

Wano, 'ennyama' kitegeeza ekifaananyi eba ekikula ky'ekintu. N'ennyama eno, nga y'enfaanana ey'enjawulo oba enkula ey'ebintu eby'enjawulo, tusobola okwawulawo ensolo ez'enjawulo. Na bwe kityo, ennyama y'omuntu, ennyama y'ensolo, n'ennyama y'ebyennyanja byonna bya njawulo.

Omutume Pawulo ayogera ku kino okusobola okunyonnyola emibiri egy'omwoyo gye tunaabeera nagyo mu bwakabaka obw'omu ggulu. Eky'okulabirako, tujja kubeera n'ekika ky'enviiri kya njawulo n'engoye. Eviiri z'abasajja zijja kubeera zikoma ensingo w'ekoma, so nga ez'abakazi, obuwanvu bw'enviiri ze nnyini bulaga empeera yaabwe. Abo abanaaba n'empeera ennene bajja kubeera n'enviiri nga zikoona eno omugongo gye gukoma.

Tujja kwambala ebyambalo ebyeru mu Ggulu, era ng'obutangaavu bw'olugoye bwanjawulo okusinziira omuntu gye yakoma okwetukuza. Ebifo eby'okubeeramu mu Ggulu bijja kubeera mu mitendera gyanjawulo era byawulibwe kubanga n'emitendere egy'obulongoofu buli muntu kwatuuka nagyo gya njawulo.

Ekitiibwa Ky'enjuba kirala N'ekitiibwa Ky'omwezi Kirala

Era waliwo emibiri egy'omu ggulu n'emibiri egy'omu nsi, naye ekitiibwa eky'egy'omu ggulu kirala, n'eky'egy'omu nsi kirala. Ekitiibwa ky'enjuba kirala, n'ekitiibwa ky'omwezi kirala, n'ekitibwa ky'emmunyeenye kirala, kubanga emmmunyeenye teyankana na ginaayo kitiibwa. (15:40-41)

Okusobola okunnyonyla ku 'kuzuukira', omutume Pawulo akozesa engeri ez'ebintu ebirabika okutuuka wano, era okuva kati atandise okunyonnyola ku mibiri egy'enjawulo.

Abatali bakkiriza kyeraga lwatu nti ba mu nsi muno. Mu bakkiriza mulimu 'eng'ano' ne 'ebisusunku'. 'Eng'ano' kitegeeza abo abatambulira mu butuukirivu nga batambulira mu Kigambo kya Katonda. Abantu bano balina essuubi eri obwakabaka obw'omu ggulu era obutuuze bwabwe buli eyo. Batuuze ab'omu Ggulu era nga gwe mubiri (kwe kugamba 'ekifaananyi' obe 'enkula') ey'abo ab'omu Ggulu.

Naye omuntu bw'aba tamanyi mutendera ogw'omwoyo, n'akola ebibi era n'atambulira mu kizikiza ng'omubiri bwe gwagala, ye muntu ow'ensi. Wano, tusobola okukiraba nti eriyo emibiri egy'ensi n'egyo egy'Eggulu. Abo ab'Eggulu ddala bajja kufuna ekitiibwa eky'Eggulu, era abo ab'ensi bajja kufuna okufa, nga ye Ggeyeena. Kyokka mw'abo ab'e Ggulu, buli omu ku bbo ajja kufuna ekitiibwa eky'enjawulo mu Ggulu.

Buli kifo ky'omuntu eky'okubeeramu kijja kubeera kya njawulo okusinziira ku kukkiriza kwe. Tuyinza okugamba nti okukkiriza kusobola okuteekebwa mu mitendera gya mirundi etaano. Abo abaakakkiriza Mukama oba abo abayise ku lugwanyu okulokolebwa bagenda mu Lusuku lwa Katonda.

Okukkiriza kwabwe bwe kugenda kukula ne kubaako wekutuuse, bagezaako okukuuma Ekigambo kya Katonda, naye nga tebakikola bulungi. Guno gwe mutendera ogw'okubiri. Abantu bano bajja kugenda mu Bwakabaka Obusooka Obw'omu ggulu. Bwe beeyongera okukula mu kukkiriza era ne babeera n'okukkiriza okutambulira mu Kigambo kya Katonda, bajja kugenda mu Bwakabaka obw'okubiri Obw'eggulu. Guno gwe mutendera ogw'okusatu ogw'okukkiriza. Era bwe beeyongera okweggyako obubi bwabwe bwonna, bajja kusikira Obwakaba Obw'okusatu obw'Eggulu, era abo abasanyusa Katonda ku ddaala erisingayo waggulu ku mutendera ogw'okutaano bajja kubeera mu Yerusaalemi Empya.

Wano, 'ekitiibwa ky'enjuba' kitegeeza ekitiibwa ky'abo abeeggyeko ekika ky'obubbi bwonna era nga bafuuse abatukuziddwa era ne bagenda mu Bwakabaka Obw'okusatu Obw'eggulu oba mu Yerusaalemi Empya. Ekitiibwa eky'Omwezi' kiweebwa abo abagenda mu Bwakabaka Obw'okubiri Obw'omu Ggulu, n'ekiitiibwa ky'emmunyeenye ky'abo abagenda mu Bwakabaka Obw'omu Ggulu obusooka. Abo abagenda mu Lusuku lwa Katonda babeera tebaliiko kye baakoledde Mukama, era tebafuna mpeera yonna. N'olwekyo, tetugamba nti bafuna ekitiibwa.

Wano, ekitiibwa ky'enjuba, n'eky'omwezi, n'eky'emmunyeenye byawukana nnyo. Era ne mu mmunyeenye, buli emu erina ekitiibwa eky'enjawulo. Emmunyeenye ezitabalika buli emu erina obunene bwa njawulo n'okutangalijja, era kye kimu 'eri ebitiibwa ebinaagabibwa. Buli muntu ajja kufuna empeera za njawulo n'ekitiibwa mu bwakabaka obw'omu Ggulu.

Omutume Pawulo atusomesa nti, nga emibiri gy'abantu, egy'eby'enyanja, egy'ennyonyi n'ensolo bwe gibeera egy'enjawulo, buli muntu ssekinnomu mu Ggulu ajja kubeera n'omubiri ogw'omwoyo nga gwanjawulo n'ekitiibwa okusinziira ku butukuvu bwenkana ki n'omwoyo omuntu byatuuseeko.

Bwe tubeera tetukkiririza mu kuzuukira, tetujja kubeera na ssuubi lyonna ku lw'Eggulu; tetujja kulwanyisa bibi oba okugezaako okufuna ekitiibwa eky'enjuba mu Ggulu. Olw'ensonga eno, Pawulo kwe kunyonnyola ng'akozesa eky'okulabirako ky'ensigo basobole okukkiririza mu kuzuukira, olwo nalyoka annyonyola engeri emibiri egy'omwoyo bwe giri egy'enjawulo nga n'emibiri egirabibwa bwe giri egy'enjawulo.

Okuzuukira kw'abafu

Era n'okuzuukira kw'abafu bwe kutyo. Gusigibwa mu kuvunda, guzuukizibwa mu butavunda. (15:42)

Kyanyonnyoddwa dda nti olw'okuba omwoyo gwa lubeerera, tugamba abo abakkiririza mu Mukama era ne bafa nti babeera 'beebase'. Naye lwaki Pawulo ayogera ku kuzuukira kw'abafu wano?

Ne bwabeera mukkiriza, omubiri gwe bwe gufa omwoyo gwe guva mu mubiri gwe. Bwe tubeera twogera ku guno omubiri ogulabibwa, tugamba nti 'omufu'. Omubiri bwe guziikibwa mu ntaana, gujja kudda mu nfuufu, naye Mukama bwanadda mu bbanga, omubiri gw'abo abaalokolebwa gujja kuzuukira gufuuke omubiri ogw'omwoyo era gutwalibwe mu bbanga. Kuno kwe 'kuzuukira kw'abafu'.

Mu kyawandiikibwa ekyo waggulu, kitegeeza ki bwe kyogera nti, 'Gusigibwa mu kuvunda, guzuukizibwa mu butavunda'?

Tulina ebirowoozo ebirungi n'ebirowoozo ebibi. Ebirowoozo eby'omubiri, nga bye bitali bya mwoyo, si birowoozo birungi era bijja kuzikirira. Abaruumi 8:6-7 wagamba, "Kubanga okulowooza kw'omubiri kwe kufa, naye okulowooza kw'omwoyo bwe bulamu n'emirembe, kubanga okulowooza kw'omubiri bwe bulabe eri Katonda, kubanga tekufugibwa mateeka ga Katonda kubanga n'okuyinza tegakuyinza."

Ebirowoozo eby'omubiri kwe kufa, era bijja kuzikirira. Abo abagoberera ebirowoozo eby'omubiri basala emisango era ne bakolokota abalala era ne bafuna emirimu gy'omulabe Setaani. Eyo yensonga lwaki ebirowoozo by'omubiri bibeera bya bulabe eri Katonda, era Pawulo atugamba nti tulina okuzikiriza ebirowoozo byaffe era okufuga buli kirowoozo kyonna ekikulumbazibwa olw'okugondera Kristo (2 Abakkolinso 10:5).

Gye tukoma okweggyako ebirowoozo eby'omubiri, tusobola okubeera n'ebirowoozo eby'omwoyo n'ebirowoozo eby'amazima era ne tukyuka okufuuka abantu ab'omwoyo. Nga tuzikiriza n'okweggyako ebirowoozo eby'omubiri, ekivaamu tulekerawo okubeera n'obukyayi, okusalira abalala emisango, n'okukolokota abalala, saako ekika ky'obubi bwonna obulala obuva munda mu ffe. Tukungula eby'omwoyo era ebintu ebitavunda gye tukoma okweggyako agatali mazima. Kino omutume Pawulo kyategeeza bwagamba nti, "Nfa bulijjo."

Gusigibwa awatali kitiibwa, guzuukizibwa mu kitiibwa, gusigibwa mu bunafu, guzuukizibwa mu maanyi. Gusigibwa nga mubiri, gwa mukka, guzuukizibwa mubiri gwa mwoyo. Oba nga waliwo omubiri ogw'omukka, era waliwo n'ogw'omwoyo. (15:43-44)

Katonda atuwa ekitiibwa era n'atuzza buggya n'amazima bwe tweggyako ebintu ebitaliimu mazima n'okutuswaza. Emyoyo gyaffe gibeera bulungi, ebintu byonna ne bitutambulira bulungi, era ne tubeera balamu gye tukoma okweggyako ebintu ebyo ebitaliimu mazima.

Wagamba nti, "gusigibwa mu bunafu." Wano, 'obunafu' kitegeeza obunafu obw'omwoyo obw'omutima. Naye nga gwe mutima omwetowaaze oguweereza, ogutalemera ku byagwo. Nga Yesu bwe yagamba, "Mazima mbagamba nti, bwe mutakyuka okufuuka ng'abaana abato, temuliyingira n'akatono mu bwakabaka obw'omu ggulu" (Matayo 18:3), abantu ab'omwoyo balina emitima eminafu ng'egyabaana abato.

Bwe tusiga mu bunafu wano mu mubiri, tujja kuddamu okubeera abalamu n'amaanyi ag'omwoyo. Omutima omunafu gwe gusobola okukyusa ettama eddala ng'ettama erimu likubiddwako. Katugambe osobola okwogera nti, "Muganda wange, onkubye ku lino ettama erya ddyo, naye nsobola n'okukuwa ettama eddala, bwe kibeera ng'ekyo kinaakuwuliza bulungi," olwo wayinza watya okubeerawo ennyombo n'okulwana?

Bwe tusiga mu bunafu, ne tukungulira mu maanyi ag'omwoyo, omulabe Setaani ajja kuvaawo. Olw'okuba tukkirizibwa era ne tusiimibwa Katonda, tujja kulung'amizibwa eri ekkubo ery'okubeera obulungi tuwe Katonda ekitiibwa era tusobole n'okufulumya evvumbe lya Kristo.

Mu nsi muno tubeera wakati w'ebintu bibiri. Eriyo obulungi n'obubi, era eriyo emibiri egy'omubiri n'emibiri egy'omwoyo. Ebintu bino bitutegeeza nti obulamu ku nsi kuno tebukoma wano nti era si y'enkomerero.

Ffe okusobola okweggyako agatali mazima nga by'ebyo eby'ensi eno, tulina okumanya nti tujja kweyagalira mu kitiibwa ekitagambika mu bwakabaka obw'olubeerera obw'omu Ggulu. Katonda ajja kutujjuza n'ebintu eby'omwoyo eby'obwakabaka obw'omu Ggulu bwe tugoberera okwagala kwa Katonda era ne tulema okutambulira mu kuyaayaana kwaffe. Kwe kugamba, gusigibwa mu mubiri ogw'omubiri, n'eguzuukizibwa mu mubiri ogw'omwoyo.

Era bwe kityo kyawandiikibwa nti, "Omuntu ow'olubereberye Adamu yafuuka mukka mulamu. Adamu ow'oluvannyuma yafuuka omwoyo oguleeta obulamu. Naye eky'omwoyo tekisooka, wabula eky'omukka, oluvannyuma kya mwoyo. Omuntu ow'olubereberye yava mu nsi, wa ttaka, omuntu ow'okubiri yava mu ggulu. (15:45-47)

Katonda yatonda omuntu eyasooka, Adamu era n'afuuwa mu nnyindo ze omukka ogw'obulamu okumufuula omwoyo omulamu. Naye omwoyo gwe gwafa bwe yayonoona. Naye Adamu ow'oluvannyuma, Yesu Kristo, yamalawo ekizibu kye kibi nafuuka omwoyo oguzuukiza omwoyo omufu.

Olunyiriri 46 lugamba, "Naye eky'omwoyo tekisooka," era nga wano woogera ku musajja eyasooka Adamu. Omusajja eyasooka Adamu teyali muntu wa mwoyo kubanga yalina omubiri. Eyo yensonga lwaki yalimbibwa Setaani era n'akwata ekkubo ery'okuzikirira ng'akola ekibi. Yaddayo mu mubiri, nga kye kintu ekigwaawo.

Naye Yesu muntu ow'omwoyo kubanga yakka okuva mu Ggulu era nga yafunibwa lwa Mwoyo Mutukuvu. Omusajja eyasooka Adamu yava mu nsi era wa ttaka. Naye omusajja ow'okubiri, Yesu, yazaalibwa mu Ggulu. Yokaana 1:14 wagamba, "Kigambo n'afuua omubiri. nabeerako gye tuli," era kitegeeza Yava mu Ggulu najja ku nsi mu kikula ky'omuntu okutulokola.

Ng'oli ow'ettaka bwe yali, era n'ab'ettaka bwe bali bwe batyo, era ng'oli ow'omu ggulu bw'ali, era n'ab'omu ggulu bwe bali batyo. Era nga bwe twatwala ekifaananyi ky'oli ow'ettaka, era tulitwala n'ekifaananyi ky'oli ow'omu ggulu. (15:48-49)

'Ow'ettaka' kitegeeza abantu abatali b'amazima. Bwe tutambulira mw'abo abatalina mazima era ne tukola nga bwe bakola, kitegeeza nti naffe tuli ba ttaka.

Nga tetunnakiriza Yesu Kristo, twali ba nsi, era twatambuliranga mu gatali mazima. Naye okuva lwe twakkiriza Yesu Kristo era ne tufuna Omwoyo Omutukuvu, ebirowoozo byaffe n'okwagala byakyuka. Twafuuka baana ba Katonda era ne tufuuka ba Ggulu. Abo abalina okukkiriza batambulira mu Kigambo eky'amazima, nga ye Yesu Kristo, kale bajja kubeera n'ekifaananyi eky'oyo ow'omu ggulu.

Tusiga ebivunda, ne tukungula ebitavunda; era tusigira mu kitali kitiibwa, kyokka ne tuzuukizibwa eri ekitiibwa; tusigira mu bunafu ne tuzuukizibwa nga tuli b'amaanyi; tusiga n'omubiri ogw'okungulu ne tuzuukizibwa n'omubiri ogw'omwoyo okufuuka ab'eggulu. Tujja kukyuka tufuuke abantu ab'omwoyo gye tukoma okweggyako agatali mazima nga tuyambibwako Omwoyo Omutukuvu, era nga gye tujja okukoma okufuuka ab'omwoyo.

Ffenna Tulikyusibwa ku Kagombe Ak'enkomerero

> Naye kino kye njogera, ab'oluganda, ng'omubiri n'omusaayi tebiyinza kusikira bwakabaka bwa Katonda, so okuvunda tekusikira butavunda. (15:50)

Bwe banyiiga, abantu abasinga amaaso gaabwe gatera okumyuka. Kiri bwe kityo olw'omusaayi oguba gweyongedde okudduka emisinde. Wano, 'omusaayi' gulina amakulu ge gamu nga omubiri. Omubiri kitegeeza ebintu byonna ebitakwatagana na mazima. Omusaayi n'omubiri tebisobola kusikira bwakabaka bwa Katonda. Olwo nno oyinza okulowooza, 'Engeri gye nina omusaayi n'omubiri, tekirina makulu nze okukkiririza mu Yesu Kristo?' Naye ekyo si kye kitegeeza.

Wadde tuyinza okuba nga tetutuukiridde, ddala tujja kusikira obwakabaka bwa Katonda kasita tufuba okulaba nti tukyuka n'okukkiriza. Naye engeri ekitiibwa ky'enjuba, omwezi n'emmunyeenye gye biri eby'enjawulo, tujja kusikira ebifo eby'okubeeramu mu Ggulu bya njawulo okusinziira ku bwesigwa bwaffe n'obunyiikivu mu kweggyako ebibi byaffe okusobola okufuuka abatukuziddwa.

Kati mu lunnyiriri 42, kyogera nti, "Gusigibwa mu kuvunda, guzuukizibwa mu butavunda," era mu lunnyiriri 50 wagamba, "... so okuvunda tekusikira butavunda." Lwaki byawandiikibwa bwe bityo?

Kyeraga lwatu nti tetujja kusikira bwakabaka bwa Katonda bwe tunyweza n'okulemera ku bivunda nga obubi, ebibi, obutali butuukirivu n'agatali mazima. Olunnyiriri 42 kye lutegeeza nti tulina okusiga era ne tuzikiriza okufa okuvunda okusobola okukungula eby'omwoyo, so nga olunyiriri 50 lutegeeza nti tetusobola kusikira bwakabaka bwa Katonda nga tetweggyeeko ebivunda agatali mazima.

Laba, Mbabuulira ekyama, tetulyebaka fenna, naye fenna tulifuusibwa, mangu ago nga kutemya kikowe, akagombe ak'enkomerero bwe kalivuga, kubanga kalivuga, n'abafu balizuukizibwa obutavunda, naffe tulifuusibwa. (15:51-52)

Wano ekigambo 'ekyama' kitegeeza 'okubikkulirwa'. Lazaalo, muganda wa Maria, bwe yafa, Yesu yagamba nti yali yeebase. Yesu yayogera bwato kubanga yali agenda kuzuukira kubanga yali afudde akkiririza mu Yesu. Abayigirizwa baakitegeera mu makulu ag'okungulu, era baalowooza nti Lazaalo ddala yali yeebase. Kale, Yesu n'annyonyola bulungi nti yali afudde.

Era abo abaafiira mu Mukama, kwe kugamba abo abeebase bajja kukyusibwa mangu ddala. Katonda akubye akagombe kano emirundi mingi okuyita mu ba jjajja b'okukkiriza ng'atugamba tukyuke okuva mu kkubo ery'okuzikirira tukomewo mu bulamu. Kati, akagombe akasembayo ke k'eddoboozi lya Mukama waffe okuba nti akomawo okututwala.

Akagombe kano bwe kalivuga, Mukama ajja kudda mu bbanga. Ajja kujja n'ebire mu kitiibwa eky'amaanyi. Mu kiseera kino, abo abaafa ne bazzibwayo mu nfuufu y'ensi bajja kubeera n'omubiri ogutavunda mu kutemya kw'ekikowe era bazuukire. Abo abanaayaniriza Mukama nga balamu nabo bajja kufuusibwa emibiri gyabwe gifuuke egy'omwoyo, batwalibwe mu bbanga, era basisinkane Mukama mu bbanga (1 Abasasseloniika 4:16-17).

Kubanga oguvunda guno kigugwanira okwambala obutavunda, n'ogufa guno okwambala obutafa. naye oguvunda guno bwe guliba nga gumaze okwambala obutavunda, n'ogufa okwambala obutafa, ekigambo ekyawandiikibwa ne kiryoka kituukirira nti, "Okufa kumiriddwa mu kuwangula." (15:53-54)

Ne Kiryoka kituukirira, ekigambo 'ne kiryoka' kikozesebwa. Omubiri guno oguvunda gujja kwambala omubiri ogutavunda, era nga omubiri guno ogutavunda bwe bulamu obw'omwoyo. Omuntu bwafa, Bwe wayitawo ebbanga omubiri gutandika okuvunda ne guvaamu ekivundu. Naye olw'ekisa kya Yesu Kristo tujja kuteekako omubiri ogw'omwoyo ogutajja kufa. Omubiri ogw'omwoyo teguvunda, tegufa era tegukaddiwa.

Resurrección

Eyi yensonga lwaki Katonda bwe yatonda Adamu, Teyamutonda ng'omwana omuto wabula ng'omuntu omukulu okuviira ddala olubereberye. Singa Adamu yali wa kukula nti avudde mu buwere, okutuuka mu buvubuka, kitegeeza nti yali akaddiwa. Naye omwoyo tegukaddiwa mu ngeri eno. Katonda yatonda Adamu ng'omuntu atuukiridde okuviira ddala nga yakatondebwa.

Olwo kitegeeza ki "ekigambo ekyawandiikibwa ne kiryoka kituukirira nti, "Okufa kumiriddwa mu kuwangula."?
Yesu Kristo bwe yazuukira yamenya obuyinza bw'okufa, era ekintu kye kimu ekijja okubeerawo eri abakkiriza. Twasumululwa ne tuba nga tusobola okukwata ekkubo ery'obulamu obw'olubeerera nga tetusibiddwa nga baddu ba kufa. Mu ngeri eno, ekigambo ekyawandiikibwa ne kiryoka kituukirira nti, "Okufa kumiriddwa mu kuwangula."

"Yamira ddala okufa, okutuusa ennaku zonna, era MUKAMA Katonda alisangula amaziga mu maaso gonna, n'ekivume eky'abantu be olikiggya ku nsi yonna, kubanga MUKAMA akyogedde" (Isaaya 25:8).

Mu Ggulu teri kufa, nnaku, ndwadde, oba obulumi wabula ssanyu lyokka n'okwagala. Mukama bwanajja, ebigambo bino byonna bijja kujja. Bwanajja, okufa kujja kubeera nga tekukyalina wekutukwatirako.
Abaebbulaniya 2:14-15 wagamba, "Kale kubanga abaana

bagatta omusaayi n'omubiri, era naye yennyini bwatyo yagatta ebyo; olw'okufa alyoke azikirize oyo eyalina amaanyi ag'okufa, ye setaani, era alyoke abawe eddembe abo bonna abali mu buddu obulamu bwabwe bwonna olw'entiisa y'okufa."

Nga bwe kyawandiikibwa, abo abagoberera okwagala kwa Katonda bajja kuteebwa okuva mu buyinza bw'okufa era bajja kufuna obulamu obutaggwaawo. Yesu yakka kuno ku nsi mu mubiri ogw'omuntu olw'ensonga eno.

'Ggwe okufa, okuwangula kwo kuli luuyi wa? Ggwe okufa, okuluma kwo kuli luuyi wa?' Okuluma kw'okufa kye kibi, n'amaanyi g'ekibi ge mateeka; naye Katonda yeebazibwa, atuwanguza ffe ku bwa Mukama waffe Yesu Kristo. (15:55-57)

Okufa kufugibwa Setaani. Okufa kutuluma olw'ekibi. Ebisoomoozebwa, endwadde, n'okufa bitujjira olw'ekibi. Bamalayika ba Katonda bajja kukuuma abo abakkiririza mu Katonda, naye bwe b'onooona, tebasobola kukuumibwa.

Mu lubereberya 3:14 Katonda yakolimira omusota okulyanga enfuufu y'ensi obulamu bwagwo bwonna. Wano, 'enfuufu' kitegeeza abantu abaakolebwa okuva mu nfuufu y'ensi. Kwekugamba, okulyanga enfuufu kitegeeza omulabe setaani yalinga wakulumiriza abantu emisango gye bakoze, buli lwe bakola ebibi, okubateekako endwadde n'okusoomoozebwa.

Kigambibwa, "amaanyi g'ekibi ge mateeka." Kitegeeza amateeka ge gasobola okufuga ekibi. Amateeka ge ggwanga gegafuga emisango, era bwe kityo bwe kiri ne ku Kigambo kya Katonda, Amateeka, gafuga ekibi. Awatali mateeka, tetwanditegedde oba tuli b'onoonyi oba nedda. Tusobola okukitegeera nti tuli babi era ab'onoonyi bwe twetunulamu nga tukozesa Ekigambo eky'amazima.

Tulina omwoyo, naye omwoyo gwa buli muntu gwa njawulo, era tewali muntu alina kukalambira nti omwoyo gwe gwe mutuufu. Tetulina kugamba nti kino kye kituufu oba ekibi nga tukozesa ebirowoozo byaffe naye tulina okutegeera nga tukozesa Ekigambo kya Katonda kyokka. Amateeka ge galina amaanyi, era tulina okulowooleza mu Kigambo kya Katonda, Amateeka ga Katonda.

Olunyiriri 57 lugamba nti Katonda Yatuwanguza ffe ku bwa Mukama waffe Yesu Kristo. Tusobola okunaazibwa lwa musaayi gwa Yesu gwokka. Katugambe omuntu yasibibwa mu kkomera okumala emyaka 10 olw'obutemu. Kyokka ne bwamalayo ebbanga lye yasalirwa, omusango ogwo guba gukyalimu mu fayiro ye.

Wabula wadde guli gutyo, mu Abaebbulaniya 8:12 tugambibwa nti bwe tukyuka okuviira ddala mu mitima gyaffe munda, Katonda taligamba nti tuli b'onoonyi nate, era Talijjukira na bibi byaffe. Nga twesigama ku Katonda ono, tuyinza tutya okulemera ku bibi, nga kwe kuluma kw'okufa? Kale bwe tutyo, tulina okubyeggyako. Essanyu, okwebaza n'emirembe biryoke bijjenga gye tuli gye tukoma okweggyako ebibi. Tuwangula ebibi, n'okuluma kw'okufa, olw'erinnya lya Yesu Kristo, era tusobola n'okwebaza Katonda.

Kale, baganda bange abaagalwa, munywerenga obutasagaasagana, nga mweyongeranga bulijjo mu mulimu gwa Mukama waffe, kubanga mumanyi ng'okufuba kwammwe si kwa bwereere mu Mukama waffe. (15:58)

Tuwangula okufa era ne tufuna obulamu obutaggwaawo Mukama bwakomawo, Pawulo kyava atugamba nti tunywerenga, tweyongerenga mu mulimu gwa Mukama. Emirimu gyaffe tegijja kubeera gya bwereere kubanga Mukama ajja kutuddizaawo buli omu okusinziira ku kyakoze.

Okubikkulirwa 2:10 watugamba, "Beeranga mwesigwa okutuusa okufa, nange ndikuwa engule ey'obulamu." 2 Abakkolinso 5:10 n'awo wagamba, "Kubanga ffe fenna kitugwanira okulabisibwa Kristo w'alisalira emisango; buli muntu aweebwe bye yakola mu mubiri, nga bwe yakola, oba birungi oba bibi."

Mu Matayo 5:11-12 kyawandiikibwa, "Mmwe mulina omukisa bwe banaabavumanga, bwe banaabayigganyanga, bwe banaabawaayiranga buli kigambo kibi okubavunaanya nze. Musanyukenga, mujaguze nnyo kubanga empeera yammwe nnyingi mu ggulu, kubanga bwe batyo bwe baayigganya bannabbi abasooka mmwe."

Bulijjo tunaasanyukanga era ne tubeera bawanguzi kubanga tulina essuubi lino nti tujja kusasulwa okusinziira ku bikolwa byaffe. Naye wano, tulina okujjukiranga ekintu kimu. Kikulu nnyo ffe okukola emirimu gya Katonda, naye ng'ekisinga okusanyusa mu maaso ga Katonda bwe bulongoofu bwaffe.

Tusobola okugenda mu bifo ebisingako mu Ggulu gye tukoma okweggyako ebibi n'obubi ne tufuuka abatukuziddwa. Wamu na bino, okusinziira ku mirimu gyaffe n'obuweereza bwaffe eri Mukama, tujja kufuna empeera ez'omu Ggulu. N'olwekyo, okukolera ennyo Katonda tekulina kukoma kungulu, wabula tubeere nnyo n'obwesigwa obw'omwoyo, nga kwekukolera ennyo Mukama nga bwe tweggyako n'obubi mu kiseera kye kimu.

Essuula 16

ENDOWOOZA Y'ABAKRISTAAYO ABAKUZE

Engeri Ebiweebwayo gye Binaaweebwangayo

Okugondera Okulung'amizibwa kw'Omwoyo Omutukuvu

Muwulirenga Abali Ng'abo, na Buli Muntu Akolera Awamu Naffe era Afuba

Engeri Ebiweebwayo gye Binaaweebwangayo

> Kati okukung'anyizanga ebintu abatukuvu, nga bwe nnalagira ekkanisa ez'e Ggalatiya nammwe mukolenga bwe mutyo. Ku lunaku olw'olubereberye mu ssabbiiti buli muntu mu mmwe aterekenga ewuwe nga bwayambiddwa, ebintu bireme okukung'anyizibwa lwe ndijja. (16:1-2)

'Ebikung'anyizibwa' wano kitegeeza ebiweebwayo eri Katonda. Omutume Pawulo era yali yawa ekiragiro eri Ekkanisa y'e Galatiya ku bikung'anyizibwa. Kati agamba nti n'ekkanisa ye Kkolinso nayo ekole bwetyo. Kyanditwaliddwa ng'amagezi agabaweereddwa naye kyali kiragiro kubanga kya Kigambo kya Katonda.

Olunaku olw'olubereberye mu ssabbiiti lubeera lwa Sande. Mu Ndagaano Enkadde, Olw'omukaaga ye yalinga Ssabbiiti, n'okutuusa kati olw'omukaaga ye Sabbiiti mu Isiraeri. Olunaku oluddako olwa Sande lwe lunaku olusooka mu wiiki.

Mu Bikolwa 20:7, tusoma nti, "Awo ku lunaku olw'olubereberye mu ssabbiiti, bwe twakung'ananga okumenya emigaati," wano 'lunaku olw'olubereberye mu ssabbiiti' baali boogera ku Sande. Wano 'omugaati' kyali kitegeeza Ekigambo kya Katonda. Bwe kyogera nti 'baakung'ananga okumenya emigaati' kitegeeza nti baakung'ananga okusabanga ku lunaku olwo.

Okubikkulirwa 1:10 woogera nti, "Nnali mu mwoyo ku lunaku lwa Mukama waffe," era wano 'Olunaku lwa Mukama' lwa Sande. Ensonga lwaki Sande, olunaku olusooka oluvannyuma lwa Ssabbiiti, lwafuuka olunaku lwa Mukama, lwakuba Mukama yamenya obuyinza bw'okufa era n'azuukira ku Sande.

Okuyita mu kikolwa kino, abo abakkiririza mu Yesu Kristo tebagwa mu kufa wabula bafuna obulamu obutaggwaawo. Olw'ensonga eno olunaku luno lwe lunaku olusingayo okuba olw'essanyu era olunaku olw'essuubi omwoyo gwaffe kwegusobola okufunira okuwummula okwannama ddala. Yensonga lwaki mu biseera by'Endagaano Empya tukuuma Sande nti ye Ssabbiiti ey'okusabirako. Era tuwaayo eri Katonda ebyo okukozesebwa ku lw'obwakabaka bwa Katonda.

Omutume Pawulo yatandikawo ekkanisa nnyingi nnyo era n'abuulira enjiri buli yonna gye yalaganga. Era yakung'anyanga ekiweebwayo eky'ekkanisa engagga okuyamba ku kkanisa endala ezaali mu bwetaavu. Kitegeeza nti ekkanisa ezisinga zaalinga mu bwetaavu bwa sente mu kiseera ekyo, kyokka yayambanga

La actitud de los cristianos maduros

ezo ekkanisa zokka ezaalinga mu bwetaavu obutayogerekeka.

Naddala ekkanisa mu Yerusaalemi yalina ebizibu bingi. Baali bayitibwa ab'enzikiriza ey'obulimba abo abakkiririzanga mu Yesu Kristo. Abakkiriza baasibibwanga n'okuttibwa. Nga tebakkirizibwa kusabanga mu lwatu wadde okuwaayo ebiweebwayo.

Era, baalina enjala eyayongera ku bizibu byabwe. Omutume Pawulo yayamba ekkanisa ye Yerusaalemi ng'abaleetera ebiweebwayo ye yennyini oba okubasindikira ebiweebwayo okuyita mu muntu omulala. Era yagamba n'ekkanisa y'e Kkolinso okubaako ebintu bye bakung'anyiza abatukuvu. Singa baabeeranga tebeetegese Pawulo watuukirayo, oba singa baali baakubikung'anya amangu mangu awo, bandibadde bawaayo naye nga muli bawulira nti basindiikiriziddwa. Era nga kino kibeera kubeera bwe kityo, ekiweebwayo tekyandibadde kijjuvu

Era bwe ndituuka, be mulisiima mu bbaluwa abo be ndituma okutwala ekisa kyammwe mu Yerusaalemi; era oba nga kirisaanira nange okugenda, baligenda nange. (16:3-4)

Omutume Pawulo agamba nti ajja kusindika ebikung'anyiziddwa okuva mu kkanisa y'e Kkolinso eri Yerusaalemi nga kugenderako ebbaluwa ye. Naye nga tayinza kumala gabisindika na muntu yenna. Omuntu eyali ow'okutwala ekiweebwayo yali alina okuba ng'akkizibwa era ng'asiimibwa ekkanisa n'omutume Pawulo yennyini.

Ennono eno era kwe kulina okutambulira enkwata

y'eby'ensimbi by'ekkanisa olwaleero. Ekkanisa bwebaako kyegaba, kirina okukulemberwamu omuntu omwesigwa. Pawulo naye yagamba nti yali wakusindika ekiweebwayo n'omuntu omwesigwa, ba memba b'ekkanisa y'e Kkolinso baleme okwerariikirira.

Wano, 'ekisa kyammwe' mulimu ebyo ba memba b'ekkanisa y'ekkolinso kye baakung'anya, era nga wadde tebali bulungi, baalina okutoole ku byabwe, baweeyo ng'ekirabo eri Ekkanisa mu Yerusaalemi, era nti bongera n'okubasabira n'omutima ogubalowoozaako.

Era Pawulo n'ayogera nti, "... era oba nga kirisaanira nange okugenda, baligenda nange." Naye nga teyagamba nti, "Nja kugenda n'abo." Kino kiri bwe kityo, kubanga byonna Pawulo yabiteekanga mu mikono gya Katonda. Ng'ayogera ekirowoozo kye, era singa kyali tekikwatagana na kwagala kwa Katonda, teyandigenze. Yensonga lwaki yagamba, "era oba nga kirisaanira nange okugenda."

Okugondera Okulung'amizibwa kw'Omwoyo Omutukuvu

> Naye ndijja gye muli bwe ndiba ng'amaze okuyita mu Makedoni, kubanga ndiyita mu Makadoni; naye mpozzi ndituula gye muli katono, oba n'okumala ndimalayo ebiro bya ttogo byokka, mmwe mulyoke munsibirire gye ndigenda yonna. (16:5-6)

Makedoni kisangibwa mu mambuka ga Kkolinso. Pawulo awandiika ng'asinziira mu Efeso gye yali ali mu kiseera ekyo, nti ajja kugenda e Kkolinso ng'ayita e Makedoni.

Yali talina kubagamba bwalina kutambula. naye yakigenderera okwogera nti ajja kuyita Makedooni okubaganya okutegeera bwanaatambula. Era ayogera ne ku ky'okuba nti ebiro ebya ttoggo, yali wakubimala Kkolinso.

Yagamba nti 'nandimalayo' kubanga yali takakasa. Yali tayinza kukola ekyo ng'Omwoyo Omutukuvu yali tamuganyizza. Omutume Pawulo yali ayagala okubunyisa enjiri mu Asiya, naye nga bwe kyawandiikibwa mu Bikolwa 16:6-10, Omwoyo Omutukuvu yamugaana, yali tayinza kugenda mu Asiya era n'agenda mu Bulaaya. Mu ngeri y'emu, tetulina kukola bintu nga bwe twagala, wabula tulina okulung'amizibwa Omwoyo Omutukuvu.

...kubanga ssaagala kubalaba kaakano nga mpita buyisi, kubanga nsuubira okulwayo katono gye muli, Mukama waffe bwalikkiriza. Naye ndirwayo mu Efeso okutuusa ku Pentekoote; kubanga oluggi olunene era olw'emirimu emingi lunziguliddwawo era abalabe bangi. (16:7-9)

Omulundi ogwasooka yalina emirimu mingi era nga talina budde, kale kyenkana yayitirawo buyitizi. Naye ku mulundi guno, Mukama ng'amukkiriza, yali ayagala okubeerako n'abo okumala akaseera nga bagabana ekisa. Ku luno era yagamba, 'Mukama waffe bwalikkiriza', ng'abaganya okutegeera nti obuweereza bwe bwonna bwali bugoberera okwagala kwa Katonda.

Omutume Pawulo yaweereza mu kkanisa y'e Kkolinso okumala ebbanga eddene era yayagala nnyo ekkanisa eyo. Kale yali ayagala abeereko n'abo si kuyitirawo buyitizi.

Olunyiriri 8 lugamba, "Naye ndirwayo mu Efeso okutuusa ku Pentekoote." Ekiruubirirwa kya Pawulo kyokka kyali kya kubunyisa njiri. Yali ayagala okuggulawo oluggi lw'okubuulira enjiri n'okulokola emyoyo emirala mingi mu Efeso ne mu bitundu ebirala. Era kwekwogera nti, " Kubanga oluggi olunene era olw'emirimu emingi lunziguliddwawo," ekitegeeza nti oluggi olugazi olw'okubuulira enjiri lwali luguddwawo.

La actitud de los cristianos maduros

Bwe wabaawo emitawaana nga mingi bwe tubuulira enjiri, kibeera kyangu ffe okubuulira enjiri. Naye abantu bwe batatufaako, kibeera kizibu ate okubabuulira enjiri. Naye bwe bagezaako okuwakana n'okugirwanyisa, omukisa gubeera munene bbo okubeera nga bakkiriza Mukama.

Tetulina kutya olw'emirimu gya setaani egijja okutugya ku mulamwa bwe tubeera nga tubuulira enjiri. Gye tukoma okusaba n'okubunyisa enjiri, ne setaani gyajja okugezaako okutulemesa, kyokka ne Katonda gyajja okukoma okutukuuma. Pawulo yali ategeeza nti engeri emitawaana gye gyali emingi, yali ayagala okubuulira enjiri ng'asigala mu Efeso okumala akaseera.

Naye oba nga Timoseewo alijja, mulabe abeerenga gye muli awatali kutya, kubanga akola omulimu gwa Mukama waffe era nga nze, Kale omuntu yenna tamunyoomanga. Naye mumusibirire n'emirembe, ajje gye ndi; kubanga nsuubira okumulaba awamu n'ab'oluganda. (16:10-11)

Pawulo yakuza Timoseewo ng'amwagala nnyo, era ng'amuyita mutabani we. Naye kirabika yali muto era nga talina bumanyirivu bungi, era nga yali mukwata mpola ate nga n'omubiri gwe mutono.

Ekkanisa y'e Kkolinso yalina ebizibu bingi omuli obuggya, enkayaana, obwenzi, n'ab'oluganda mu kukkiriza okwekubanga mu mbuga z'amateeka. Timoseewo alabika yali atidde okugenda mu kkanisa ng'eyo. Olw'ensonga eno Pawulo kwe kubasaba ng'abagamba nti, "... mulabe abeerenga gye muli awatali kutya, kubanga akola omulimu gwa Mukama waffe era nga nze."

Abamu ku ba memba mu kkanisa y'ekkolinso baali tebagala Pawulo kyokka ng'abalala baali bamwagala. Yatandika ekkanisa era ng'abasomesa n'amazima, naye abamu ku bbo baali tebagala kumukkiriza era ne baleetawo okwekutulamu mu kkanisa. Eyo yensonga lwaki Pawulo yalaba nti kyetaagisa okubawabula nga bwe yakola. Baali bakyamanyi nti Pawulo yali muweereza w'amaanyi, kale ebbaluwa ye yakola omulimu gw'amaanyi.

Abo abagala Katonda era ne batambulira mu mazima tebayinza kunyooma wadde okuyisaamu amaaso omuweereza wa Katonda yenna. Watya omusumba atannatikkirwa nga yakafuna omulimu ajja okubakyalirako era n'abaako byakwebuuzaako, oyinza kulowooza ki?

Bw'olowooza nti, "Mbadde manyi abasumba abaluddewo be bagenda okujja, naye ono gwe basindise!", Olwo nno obeera tosobola kufuna kisa kya Katonda. Katonda tasobola kukusanyukira wadde okukola naawe. Kubeera kukkiriza okumukkiriza nga bwe wandikkiriza Mukama.

Engeri Y'okukolaganamu N'abakulembeze

Naye ebya Apolo ow'oluganda, nnamwegayirira nnyo okujja gye muli awamu n'ab'oluganda, n'atayagalira ddala kujja mu kiseera kino, naye alijja bw'alifuna ebbanga. (16:12)

Olunyiriri luno lulaga ngeri omutume Pawulo bwakolagana n'abakozi ba Katonda. Teyalagira Apolo okugenda, wabula yamwegayirira okugenda emirundi mingi ng'amugamba nti kyandibadde kirungi n'agendayo mu kiseera ekyo. Naye Apolo n'atawuliriza Pawulo. Yandigenze singa Pawulo yamugamba lwampaka okugenda, naye Pawulo teyakikola.

Eno yengeri y'okukwatamu abakulembeze b'ekkanisa n'abakozi ba Katonda. Tusobola okulagira bwe kubeera nga kwe kwagala kwa Katonda, naye tulina kuwa magezi, bwe kiba ng'ekirowoozo kiva gye tuli.

Apolo yalina ensonga lwaki yagaana okugenda. Yaliko omuweereza mu Kkanisa ye Kkolinso wamu n'omutume Pawulo. 1 Corinthians 3:6 wagamba, "Nze nnasiga Apolo n'afukirira, naye Katonda ye yakuza."

Naye olw'okuba mwalimu enjawukana, ng'abamu bagamba nti baali ba Apolo, abalala nti ba Paul, aba Kristo n'abalala nti ba Peetero, nga alabika yali munyiikavu ku lw'ensonga eyo! Era yensonga lwaki yali tayagala kugenda, ate ayinza okuba yalina n'ensonga ze endala nga ye nga yensonga lwaki yali tayagala kugenda. Naye Pawulo agamba nti naye bwalifuna ebbanga ajja kugonda era alijja.

Pawulo tayatereka bubi ku mwoyo oba okunyiiga olw'okuba Apolo yagaana wadde yamwegayirira agende. Pawulo bulijjo yayagalanga wabeerewo emirembe, era ng'abeera asonyiwa, era ng'agezaako okutegeera omuntu nga yeeteeka mu bigere bye.

N'olwekyo, tetulina kweyisa nga Apolo okugaana okuwuliriza amagezi agava mw'abo abawuliziganya ne Katonda. Yengeri obwakbaka bwa Katonda gye buyinza okutuukirizibwamu amangu.

Mutunulenga, munywerenga mu kukkiriza, mubeerenga

basajja, mubeerenga b'amaanyi. Byonna bye mukola bikolebwenga mu kwagala. (16:13-14)

Ddala tulina okutunulanga buli ssaawa okusobola okufuna obulokozi. Abantu abamu mu kusooka batambulira mu bulamu obwewaddeyo mu kukkiriza, naye olugira ne batandika okuwola era ne batandika okwagala ebintu by'ensi nate. Lwakuba setaani abeera abawangudde. Okuddamu okukomyawo ebintu eby'omwoyo nate kiruma ate kizibu.

Bwe babeera nga bajjudde Omwoyo, babeera basanyuka era nga beebaza, naye bwe bafiirwa obujjuvu bwa Kristo obwo, essanyu lyabwe n'okwebaza nabyo biggwerawo kumu n'obujjuvu bw'omwoyo. Yensonga lwaki bulijjo tulina okutunulatunula n'okusaba.

'Munywerenga mu kukkiriza' kitegeeza tulina okuyimirira ku lwazi olw'okukkiriza. Ennyumba bw'eba ezimbiddwa ku lwazi, tejja kugwa embuyaga ne bwe n'ejja okugiyuuza, naye enyumba ezimbiddwa ku musenyu ejja kugwa mangu.

Kikulu nnyo okubeera n'okukkiriza okutayuuzibwa kigezo kyonna wadde okusoomoozebwa. Kwe kukkiriza okukkirizibwa Katonda.

Bwe tuba baakusigukulula omuti, tusooka ne tugunyeenyanyeenya. Emirandiira gyagwo bwe giba gyasimba wala ddala teguseguka, era bwe tugunyeenya emirundi egiwera tuguvaako. Naye omuti bwe gunyeenyaamu ne bwe k'aba katono kati, tujja kugenda mumaaso n'okugunyeenya nga tulowooza nti tuyinza okugukuulayo. Omulabe setaani tatunyeenye bwe tunaabeera nga tunywedde nga tuyimiridde ku lwazi olw'okukkiriza.

Eyo yensonga lwaki Pawulo agamba, "mubeerenga basajja, mubeerenga b'amaanyi." Kwekugamba, nti tulina okubeera abanyevu era abavumu mu mazima, abalina okwagala okw'amaanyi.

Olunyiriri 14 lugamba, "Byonna bye mukola bikolebwenga mu kwagala." Okukola ekintu kyonna ekitaliimu kwagala kibeera tekirina wekikwataganira na Katonda. Ekintu ne bwe kikolebwa bulungi, bwe kibeera kikoleddwa lwa mpaka, abantu bangi bayinza okuba babonyeebonye. Setani akolera nnyo mu mbeera ng'ezo.

Oba kitono oba kinene, buli kyonna kye tukola ku lw'obwakabaka n'obutuukirivu bwa Katonda kirina okukolebwa n'okwagala okw'omwoyo. Bwe tuweereza mu ngeri yonna oba okukola omulimu ogw'obwannakyewa, tekirina kukolebwa ku lw'okweraga mu maaso g'abalala. Tulina okussaddaaka ku lw'obwakabaka bwa Katonda ne ku lw'ab'oluganda mu kukkiriza, nga tetwenoonyeza byaffe wabula ebyabwe. Buli kimu tulina okukikola ku lw'okuweesa Katonda ekitiibwa, nga tulina okwagala n'ekisa.

Muwulirenga Abali Ng'abo, na Buli Muntu Akolera Awamu Naffe era Afuba

Naye mbeegayirira ab'oluganda (mumanyi ennyumba ya Suteefana, nga gwe mwaka omubereberye ogw'omu Akaya, era nga beeteeseteese okuweereza, abatukuvu), nammwe muwulirenga abali ng'abo, na buli muntu akolera awamu naffe afuba. (16:15-16).

Suteefana yakkiriza Mukama mu Akaya. Era nga y'omu kw'abo abeewaddeyo okuweereza ab'oluganda mu kukkiriza, olw'okulaga ebikolwa ng'ebyo. Katonda atugamba tuwulirenga abantu ng'abo abakolera awamu kulw'obwakabaka bwa Katonda n'obutuukirivu.

Eriyo abantu ba mirundi mingi mu kkanisa: abagagga, abaavu, abasomye obulungi n'abatasomye nnyo, abo abali mu buyinza n'abo abatali.

Bwe wabaawo omuntu afuba okukolerera obwakabaka bwa Katonda n'obutuukirivu, kubeera kukkiriza okuwuliranga abantu ng'abo wadde si ba buyinza oba nga tebalina nsimbi nnyingi. Abaana ba Katonda abatuufu ekyo kye balina okukola. Bwe tutagondera bantu ng'abo kubanga tebamanyiddwa nnyo oba nti tubasinga amagezi, kitegeeza nti twekuluntaza. Nga Yesu bwe yagamba mu Matayo 18:3, "Mazima mbagamba nti bwe mutakyuka okufuuka ng'abaana abato, temuliyingira n'akatono mu bwakabaka obw'omu ggulu," tulina okukimanya nti abantu abeemanyi tebasobola kufuna bulokozi.

Okusiima abo Abaweweeza Omwoyo Gwaffe

Era nsanyukira okujja kwa Suteefana ne Folutunaato ne Akiyoko, kubanga ebyabula ku lwammwe baabituukiriza. Kubanga baawummuza omwoyo gwange, n'ogwammwe, kale mukkirizenga abali ng'abo. Ekkanisa ez'omu Asiya zibalamusizza. Akula ne Pulisika babalamusizza nnyo mu Mukama waffe, Nekkanisa eri mu nnyumba yaabwe. Ab'oluganda bonna babalamusizza, Mulamusagane n'okunywegera okutukuvu. (16:17-20)

Pawulo asiima ekyo Suteefana, Folutunaato, ne Akiyoko kye baakolera obwakabaka n'obutuukirivu bwa Katonda. Omutume Pawulo yali asobola okwogera mu lwatu nti, "Mungobererenga" kubanga yalina omutima ogw'amazima, nga gwalinga omutima gwa Kristo.

N'olwekyo, okutuukiriza, n'okuwummuzza, omutima gwa Pawulo kyali kye kimu n'okusanyusa Omwoyo Omutukuvu n'okuwummuza omutima gwa Katonda. Olw'ensonga eno

Pawulo yagamba abantu okuwuliranga n'okusiima abantu nga bano.

Bayibuli etugamba okusaasaanya amawulire g'ebintu ebirungi. Mu Makko 12:43-44, Yesu yasiima nnamwandu eyawaayo byonna bye yali asigazza mu bulamu, era n'agamba mu Matayo 26:13 nti, "Mazima mbagamba nti, enjiri eno buli gyeneebuulirwanga mu nsi zonna, n'ekyo omukazi ono kyakoze kinaayogerwangako okumujjukiranga." Kwagala kwa Katonda okusiima n'okumanyisa ebintu ebirungi n'okuddiza Katonda ekitiibwa.

Ekyawandiikibwa era kigamba, "Nekkanisa eri mu nnyumba yaabwe" olw'okuba mu biseera by'ekkanisa ezaasooka tebaalina bizimbe bya kkanisa. Ebiseera ebisinga, ekkanisa z'atandikibwanga mu maka g'abantu. Ku nkomerero y'ennyiriri zino kwe kubalagira balamusegane.

Kuno kwe kulamusa kwange Pawulo n'omukono gwange. (16:21)

Ebiseera bingi abantu abalala be baakolanga ogw'okuwandiika ebbaluwa ezo ku lw'omutume Pawulo. Kale, Pawulo okwewandiikira ebbaluwa eyo yennyini, kiraga nti yali ayagala nnyo ba memba mu Kkanisa y'e Kkolinso. Abakkiriza mu kkanisa y'e Kkolinso n'abo bateekwa okuba baawulira okwagala kwe nga basoma ebbaluwa eno.

Omuntu yenna bwatayagalanga Mukama waffe,

La actitud de los cristianos maduros

akolimirwenga. Mukama waffe ajja. (16:22)

Ebigambo nga bino tebisobola kukozesebwa muntu yenna. Bikozesebwa omuntu yekka eyegiddeko ddala era n'afuukira ddala atukuziddwa yasobola okwogera ebigambo ng'ebyo ne bisobola okutuukirizibwa. Ekigambo ekyo waggulu ge mazima. Obukakafu bw'okwagala Mukama kwe kukuuma amateeka Ge (1 Yokaana 5:3). Ne bwe twogera tutya nti twagala Mukama n'emimwa gyaffe, tubeera twerimba fekka era tetusobola kulokolebwa bwe tutatambulira mu Mateeka Ge. Yensonga lwaki omutume Pawulo yagamba nti, "Omuntu yenna bwatayagalanga Mukama waffe, akolimirwenga."

Abaana bwe baaduulira Elisa nga bagamba nti, "Yambuka ggwe ow'ekiwalaata; yambuka ggwe ow'ekiwaalata!" yabakolimira, era eddubu bbiri enkazi ne ziva mu kibira ne zitaagula abaana amakumi ana mu babiri (2 Bassekabaka 2:23-24). Mu ngeri y'emu, ekigambo ky'omuddu wa Katonda oyo Katonda gwe yasiima kirina amaanyi n'obuyinza. Tusobola okukisoma mu Bayibuli nti abalina obuyinza okuwa omukisa n'okukolima b'ebo abaweereza bokka abagalibwa Katonda mu bujjuvu (Olubereberye 12:3).

Omuweereza ng'oyo bw'awa omuntu omukisa oyo ateeseteese ekibya kye obulungi okufuna omukisa, omukisa ogwo gujja kumuweebwa. Bwakolima omuntu alina okukolimirwa, ekikolimo ekyo kimugwako. Eyo yensonga lwaki omuntu talina kumala gakolima. Weewaawo, omuweereza wa Katonda omutuufu ng'oyo tayinza kumala gakolimira muntu yenna wabula ng'alung'amiziddwa Omwoyo Omutukuvu wamu n'amazima.

Ekisa kya Mukama waffe Yesu Kristo kibeerenga nammwe. Okwagala kwange kubeerenga nammwe mwenna mu Kristo Yesu. Amiina. (16:23-24)

Okwagala okw'omubiri, nga kwe okwagala okuli ebweru wa Kristo Yesu, tekugasa. Katugambe waliwo memba w'ekkanisa ayonoonye kyokka omusumba n'atakyogerako, kyokka n'atendereza butendereza omukkiriza oyo. Olwo nno, ayinza okukyagala, naye tetuyinza kugamba nti okwagala okwo, kwannama ddala. Kubeera tekugasa, okwagala okw'omubiri.

Era, tetulina kumala gatendereza balala awatali kwegendereza. Ebiseera ebisinga omuntu atendarezeddwa ajja kutandika okwemanya olw'emirimu gya Setaani. N'olwekyo, okutendereza kulina okuweebwa okusinziira ku kulung'amizibwa kw'Omwoyo Omutukuvu.

Yesu bwe yatendereza Peetero eyali ayogedde nti, "Ggwe Kristo, Omwana wa Katonda omulamu," amangu ago Setaani n'atandika okukola (Matayo 16:16). Yesu bwe yayogera nti yali agenda kubonaabona era amale afe olw'okwagala kwa Katonda, Peetero yagezaako okumuziyiza. Yesu kwekumugamba nti, "Dda ennyuma wange, Setaani!" (Matayo 16:23)

N'olwekyo, tulina okubeera nga tusobola okwawulawo wakati w'okwagala okw'omwoyo n'okwagala okw'omubiri mu mbeera zonna. Ebigambo nti 'mu Kristo Yesu' mu kyawandiikibwa ekyo waggulu kitegeeza nti kiri mu kwagala okw'omwoyo. Omutume Pawulo yawa omukisa ekkanisa y'e Kkolinso nti ekisa kya Mukama Yesu Kristo n'okwagala okw'omwoyo bibeerenga n'abo olubeerera ng'amaliriza ebbaluwe ye.

Okuyita mu bbaluwa eno omutume Pawulo yasomesa ekkanisa y'e Kkolinso okwagala kwa Katonda era n'awa eby'okuddamu eri ebizibu eby'enjawulo bye baalina mu kkanisa mu kiseera ekyo. Ebizibu ng'ebyo si bya mu kkanisa y'e Kkolinso yokka. Bisobola n'okubaawo ne mu kkanisa eza leero. Kale bwe tukozesa amagezi ge yawa ab'ekkolinso mu bulamu bwaffe, kujja kubeera okulung'amizibwa okulungi mu bulamu bwaffe obw'ekikristaayo.

Pawulo yasooka okuteeka essira ku ky'obutasalira balala misango nga bakozesa okulowooza kwabwe, kubanga Katonda yekka yasobola okusala emisango. Yabawa amagezi okweggyako obwenzi, era n'abagamba baleme okutwala ab'oluganda mu kukkiriza mu mbuga z'amateeka, wabula bagonjoole ebizibu ebyo nga bagoberera enkola ze kkanisa. Yateeka essira ku ky'okuba nti balina okwewala okusinza ebifaananyi n'okwenoonyeza ebyabwe.

Yannyonyola ku birabo eby'Omwoyo era n'abakubiriza okuyaayaanira ennyo okwagala, nga kye kirabo eky'omwoyo ekisingayo, nti balina n'okukiteekateeka mu bulamu bwabwe. Era yabasomesa okutambulira mu butuukirivu nga babeera bulindaala, nga bwe balina essuubi n'obukakafu obw'okuzuukira. Yabaganya okutegeera okwagala kwa Katonda eri okubunyisa enjiri mu bantu, obufumbo, n'okussa Ekimu.

Kansuubire nti fenna tujja kukuuma ebyo ebiri mu bbaluwa ya Pawulo mu mitima gyaffe, tutegeere okwagala kwa Katonda bulungi, era tukutambuliremu n'okwagala n'ekisa. Nkakasa nti Katonda ajja kusanyuka nga tutambula bwe tuti era atuwe emikisa egikulukuta wano ku nsi n'ekitiibwa eky'amaanyi mu bwakabaka obw'omu Ggulu.

Ebikwata ku Muwandiisi:
Dr. Jaerock Lee

Dr. Jaerock Lee Yazaalibwa Muan, ekisangibwa mu ssaza lye Jeonnam, mu Nsi ye Korea, mu mwaka gwa 1943. Ng'ali mu myaka amakumi abiri, Dr. Lee yabonaabona n'endwadde nnyingi ez'olukonvuba okumala emyaka musanvu era ng'alinda bulinzi kufa awatali ssuubi lya kuwona. Wabula lumu mu biseera eby'omusana mu mwaka gwa 1974, yatwalibwa mwannyina mu kanisa era bwe yafukamira wansi okusaba, amangu ago Katonda Omulamu n'amuwonya endwadde ze zonna.

Okuva Dr. Lee bwe yasisinkana Katonda Omulamu okuyita mu ngeri ennungi bw'etyo, ayagadde Katonda n'omutima gwe gwonna era n'amazima, era mu mwaka gwa 1978 yayitibwa okuba omuweereza wa Katonda. Yasaba n'amaanyi ge gonna n'okusiiba asobole okutegeera obulungi okwagala kwa Katonda, alyoke akutuukirize mu bujjuvu era agondere Ebigambo bya Katonda byonna. Mu 1982, yatandika ekanisa eyitibwa Manmin Central Church esangibwa mu kibuga Seoul, eky'omu nsi ye Korea, era eby'amagero bya Katonda ebitabalika, omuli okuwonya okw'ebyamagero bizze bibeerawo mu kanisa ye.

Mu 1986, Dr. Lee yatikkirwa ku mukolo Annual Assembly of Jesus ogwali mu Sungkyul Church of Korea, n'afuuka omusumba era oluvanyuma lw'emyaka ena mu mwaka gwa 1990, obubaka bwe bwatandika okuzanyibwa ku butambi mu nsi ya Australia, Russia, Philippines, n'ensi endala nnyingi ku mikutu nga Far East Broadcasting Company, Asia Broadcast Station, ne Washington Christian Radio System.

Nga wayise emyaka essatu mu 1993, Manmin Central Church yalondebwa okuba "emu ku kanisa 50 ezikulembedde mu nsi yonna" nga bino byafulumizibwa aba Christian World magazine (ng'efulumira mu Amerika) era n'afuna ekitiibwa ky'obwa Dokita mu By'eddiini okuva mu ttendekero eriyitibwa Christian Faith College, eky'omu kibuga Florida, ekisangibwa mu Amerika, era mu 1996 yaweebwa eky'obwa ssabakenkufu mu ttendekero lye Kingsway Theological Seminary, eky'omu kibuga Iowa, mu Amerika.

Okuva omwaka gwa 1993, Dr. Lee akulembeddemu okutambuza enjiri mu nsi yonna okuyita mu kuluseedi ennyingi z'akubye emitala w'amayanja nga kuluseedi eyali e Tanzania, Argentina, L.A., Baltimore City, Hawaii, ne New York City eky'omu Amerika, Uganda, Japan, Pakistan, Kenya, Philippines, Honduras, India, Russia, Germany, Peru, Democratic Republic of the Congo, Israel ne Estonia.

Mu 2002 empapula ez'amaanyi mu Korea z'amuyitanga "omusumba ow'ensi yonna" olw'emirimu gye mu nsi ez'enjawulo gye yakubanga Kuluseedi ennene ennyo. Naddala, kuluseedi ye ey'omu kibuga New York eyaliyo mu 2006 nga yayatiikirira nnyo, Kuluseedi eyali mu kisaawe ekimanyiddwa ennyo ekiyitibwa Madison Square Garden era nga yayita ku mpewo ku mikutu gy'empulizigarya mu nsi 220, mu kuluseedi gye yakuba mu Isiraeri mu mwaka gwa 2009 mu kifo ekiyitibwa International Convention Center (ICC) ekisangibwa mu Yerusaalemi era n'alangirira mu buvumu nti Yesu Kristo ye Mununuzi era Omulokozi.

Obubaka bwe bwatuuka mu nsi 176 okuyita ku setilayiti n'omukutu ogumanyiddwa nga GCN TV era mu mwaka gwa 2009 ne 2010 akatabo akamanyiddwa ennyo mu Russia kafulumya nti Dr. Lee y'omu ku bakulembeze b'eddiini 10 abasinga okukwata ku bantu, mu katabo Victory ne mu new agency Christian Telegraph olw'obuweereza bwe ku TV obw'amaanyi ne mu makanisa agali ebunaayira gasumba..

Weguweredde omwezi ogw'okutaano mu 2013, Ekanisa ya Manmin Enkulu eweza ba memba abassuka mu 120,000. Waliwo amatabi g'ekanisa 10,000 mu nsi yonna, nga 56 gali mu nsi ye Korea, era aba minsani 129 beebakasindikibwa mu nsi 23, omuli Amerika, Russia, Germany, Canada, Japan, China, France, India, Kenya, n'endala nnyingi.

Ekitabo kino w'ekifulumidde, Dr. Lee abadde awandiise ebitabo ebirala 85, omuli ebisinze okutunda nga Okuloza ku Bulamu Obutaggwaawo nga si n'afa, Obulamu Bwange, Okukkiriza Kwanga I & II, Obubaka Bw'omusalaba, Ekigera Okukkiriza, Eggulu I & II, Ggeyeena, Zuukusa Isiraeri!! ne Amaanyi ga Katonda. Ebitabo bye bikyusiddwa okudda mu nnimi ezissuka mu 75.

Waliwo obubaka bwe obuwandiikibwa mu miko gye mpapula z'amawulire ng'olwa The Hankook Ilbo, The JoongAng Daily, The ChosunIlbo, The Dong-A Ilbo, The MunhwaIlbo, The Seoul Shinmun, The Kyunghyang Shinmun, The Korea Economic Daily, The Korea Herald, The Sisa News, ne The Christian Press.

Dr. Lee kati akola ng'omukulembeze w'ebitongole by'obu misani bingi saako ebibiina: nga ye Sentebe wa, The United Holiness Church of Jesus Christ; Ye Pulezidenti wa, Manmin World Mission; Permanent President, The World Christianity Revival Mission Association; Ye yatandika, Manmin Ttivvi; Ye yatandika era ali ku bboodi ya, Global Christian Network (GCN); Mutancisi era ye Ssentebe wa Bboodi ya, World Christian Doctors Network (WCDN); era ye yatandika era ye sentebe wa Bboodi ya, Manmin International Seminary (MIS).

Eggulu I & II

Ekifaananyi ekiraga ekifo ekirungi ennyo abatuuze b'omu ggulu mwe babeera n'ennyinyonyola ennungi ey'emitendera egy'enjawulo egy'obwakabaka obw'omu ggulu

Obulamu Bwange, Okukkiriza Kwange I & II

Evvumbe ery'omwoyo erisingayo obulungi erigiddwa mu bulamu obwameruka n'okwagala kwa Katonda okutatuukika, wakati mu mayengo g'ekizikiza, n'enjegere ezinyogoga saako obulumi obutagambika

Okuloza ku Bulamu Obutaggwaawo nga si n'afa

Obujjulizi bwa Dr. Jaerock Lee, eyazaalibwa omulundi ogw'okubiri era n'alokolebwa okuva mu kiwonvu eky'ekisiikirize eky'okufa era abadde atambulira mu bulamu bw'ekikristaayo obw'okulabirako

Ekigera Okukkiriza

Kifo kya kika ki eky'okubeeramu, engule n'empeera ebikutegekeddwa mu ggulu? Ekitabo kino kikuwa amagezi n'okukulung'amya okusobola okupima okukkiriza kwo osobole okuluubirira okukkiriza okusingayo obukulu.

Ggeyeena

Obubaka obw'amazima eri abantu bonna okuva eri Katonda, oyo atayagala wadde omwoyo ogumu okugwa mu bunnya bwa ggeyeena! Mujja kuzuula ebyo ebitayogerwangako ku bukambwa ate nga bwa ddala obuli mu magombe aga wansi aga geyeena.

www.urimbooks.com

www.ingramcontent.com/pod-product-compliance
Lightning Source LLC
LaVergne TN
LVHW021759060526
838201LV00058B/3164